ஆண்டியின் புதையல்

கா. அப்பாத்துரை

Title: Andiyin Puthaiyal

Author: Ka. Appadurai

Language: Tamil

First Published on: 1953

Year of Publication: 2024

Book Format: Paperback

*Page Size: 6inch * 9inch*

Category: Fiction

Subject: Short Stories

No. of pages: 58

ISBN: 978-81-997059-4-4

Published by: Nilan Publishers, Madurai, Tamilnadu, India

பொருளடக்கம்

குறிப்புகளுக்காக

பதிப்புரை

அறிவுசான்ற கதைகள் வாயிலாக இளமாணவர்களின் அறிவாற்றலை வளப்படுத்துவதுடன், அவர் கட்குக் கல்வியில் ஆழ்ந்த பற்றும் உண்டாகச் செய்யலாம் என்பது அறிஞர் கண்ட முடிபு.

மேலைநாட்டு மொழிகளில் சிறப்பாக ஆங்கில மொழியில் மாணவர்க்கேற்ற கதை நூல்கள் பல வெளிவந்துள்ளன. அவற்றைத் தழுவி எழுதப்படும் நூல்களில் முதல் நூலே இவ் ஆண்டியின் புதையல் என்னும் விழுமிய கதை நூல். இக் கதைகள் மாணவர்க்குக் கல்வி கற்பதில் பெருவிருப்பை உண்டாக்க வல்லனவாகும்.

இதன்கண் ஆண்டியின் புதையல், நெய்தலங் கானல், நாரை அரசு எனும் மூன்று கதைகள் உள்ளன. தமிழ்நாட்டுப் பண்புக்கேற்ப இக்கதைகளை எளிய இனிய நடையில் பன்மொழிப் புலவர் திரு. கா. அப்பாத்துரை எம்.ஏ.,எல்.டி. அவர்கள் மொழி பெயர்த்துள்ளார்கள். தமிழகம் இந்நூலை ஏற்றுப் பயனெய்து மென நம்புகின்றோம்.

சைவசித்தாந்த நூற்பதிப்புக் கழகத்தார்.

ஆண்டியின் புதையல்

அல்ஹாம்ரா நீரூற்று : கிரானடா வெப்பம் மிகுந்த நாடு. குடிதண்ணீருக்குக் கூட அங்கே பஞ்சமாயிருந்தது.

கிரானடா மன்னன் அரண்மனையின் பெயர் அல் ஹாம்ரா என்பது. அதன் அருகே தண்ணீருக்குப் பஞ்சமில்லை. நிழலும், குளிர்ச்சியான காற்றும் போதுமான அளவு இருந்தன. ஏனென்றால் அங்கே ஒரு நறுநீர்க் கேணி இருந்தது. அதிலிருந்து நீரூற்றுப் பொங்கி வழிந்துகொண்டிருந்தது. அதன் குளிர் நீர் வளத்தால் சுற்றுமுற்றும் குளிர் மரக்காவும் தென்றலும் படர்ந்தன. மக்கள் தங்கியிருக்கப் படிக்கற்களும் மண்டபங்களும் இருந்தன. நகரின் செல்வர்களும் இளைஞர் களும் இங்கே அடிக்கடி வந்து தங்கிப் பொழுதுபோக்கினர். கேணியில் தண்ணீர் எடுக்கப் போகிறவர்கள், தண்ணீர் எடுத்து வருகிறவர்கள் அவ்வழியாக எப்போதும் திரள் திரளாகச் சாய்ந்துகொண்டிருந்தனர்.

கேணியருகேயுள்ள மக்களிடையே அடிக்கடி ஒரு குரல்,

பன்னீர் போலத் தண்ணீர்,
மன்னரும் விரும்பும் நன்னீர்,
அல்ஹாம்ராவின் அமுதம்,
தண்ணீர் வாங்கலையோ தண்ணீர் !

என்று களிப்புடன் பாடிச்செல்லும். அதுதான் தண்ணீர் விற்கும் பெரிகிலின் குரல்.

தாமே நேரில்சென்று அல்ஹாம்ராவின் அமுதத்தை எடுத்துக்கொண்டு வரமுடியாத உயர்குடிச் செல்வர்களுக்குப் பெரிகிலும் அவனைப்போன்று தண்ணீர் விற்கும் தண்ணீர்க்காரரும் அந்நீரைக் கொண்டுசென்று விற்றுப் பிழைத்தார்கள்.

பெரிகில் பார்வைக்கு அந்தசந்தமானவன் அல்லன். ஆனால், அவன் நல்ல உழைப்பாளி. சுறுசுறுப்பானவன். எனவே அவன் உடல் உருண்டு திரண்டு உறுதியுடையதாயிருந்தது. அவன் சலியாமல் உழைத்ததனால், அவன் கையில் பணம் பெருகிற்று. தண்ணீர்க் குடங்களைச் சுமப்பதற்குப் பதில், ஒரு நல்ல கழுதையை வாங்கி அதன் மீது குடங்களை ஏற்றிச்சென்று, அவன் தன் தொழிலை இன்னும் வளர்த்தான்.

பெரிகிலின் சுறுசுறுப்பையும், கலகலப்பையும் பார்ப்பவர்கள் அவன் கவலையற்றவன் என்று நினைப்பார்கள். ஆனால் அவன் எவ்வளவு உழைத்துப் பொருள் ஈட்டினாலும், அவன் குடும்பநிலை மட்டும் உயரவில்லை. அவன் மனைவியின் தான் தோன்றித்தனமான நடையே இதற்குக் காரணம். அவள் அவன் பணத்தை ஊதாரித்தனமாகச் செலவிட்டு இன்பவாழ்க்கை வாழ்ந்து, பகட்டும் ஆரவாரமும் மேற்கொண்டாள். 'பசியோ பசி' என்று வாடும் பிள்ளைகள் பலர் அவளுக்கிருந்தும், அவள் அவர்களை வீட்டில் கணவனிடம் விட்டுவிட்டு, ஊர்சுற்றி வம்பளந்தாள். கணவனை ஓயாது கடிந்தும் திட்டியும் தொல்லைக்கு ஆளாக்கினாள். பெரிகில் இத்தனையும் பொறுத்துக்கொண்டு, வீட்டு வேலைகளை எல்லாம் தானே செய்து, பிள்ளைகளையும் தன்னாலானவரை பேணிவளர்த்தான். வெளியிலேயுள்ள கடுமையான உழைப்பு, வீட்டுவேலை, குழந்தைகள் தொல்லை ஆகிய இத்தனைக்கிடையேகூட அவன் மன உறுதியும் கிளர்ச்சியும் குன்றாமல் எப்போதும் போலக் கலகலப்பாகத் தொழில் நடத்தினான்.

பெரிகில் இளகிய உள்ளம் உடையவன். யாராவது அவன் உதவி கோரினால், அவன் தன் வேலையைக்கூடக் கவனியாமல் அவர்களுக்கு உதவி செய்வான். அவன் மனைவி இதற்காக அவனைக் குறைகூறிக் கண்டிப்ப துண்டு. 'பிழைக்கும் மதியிருந்தால் உன் காரியத்தையாவது ஒழுங்காகப் பார். அடுத்தவர் காரியங்களை மேற்கொண்டு எனக்குத் தொல்லை வருவிக்காதே!" என்பாள். ஒருநாள்

இவ்வகையில் அவனுக்குப் பெருத்த சோதனை ஏற்பட்டுவிட்டது.

அன்று பகல் முழுவதும் வெப்பம் மிகுதியாயிருந்தது. தண்ணீர்க்காரர் எல்லோருக்குமே நல்ல வருவாய் கிடைத்தது. எனவே எல்லாரும் கிடைத்த பணத்தைக்கொண்டு ஆர அமரப் பொழுது போக்கப் போய்விட்டனர். ஆனால் இரவில் முழுநிலா எறித்தது. மக்கள் அதன் அழகில் ஈடுபட்டு இரவிலும் பொழுது போக்க எண்ணி வெளியே நடமாடினர். வேறு தண்ணீர்க்காரர் இல்லாததால், பெரிகில் தனக்கு இன்னும் வேலையிருப்பது கண்டான். அன்று சற்று மிகுதிப்படி காசு ஈட்டித் தன் குழந்தைகளுக்கு ஞாயிற்றுக்கிழமை யன்று ஏதாவது வாங்கிக்கொடுக்க அவன் எண்ணினான். ஆனால் அங்ஙனம் செய்வதற்குள் ஒரு தடை ஏற்பட்டது.

பெரிகிலின் இரக்கச்செயல் : மூர்மரபைச் சேர்ந்த ஓர் ஆண்டி கேணியண்டை உட்கார்ந்திருந்தான். அவன் தோற்றம் இரக்கமூட்டுவதாயிருந்தது. பெரிகில் பையில் கையிட்டு ஒருகாசைப் பிடித்தவண்ணம் அவனை அருகே வரும்படி சைகை செய்தான். ஆண்டி அசையவில்லை. ஆனால் அவன் முகத்தில் ஏக்கம் தென்பட்டது. பெரிகில் அவனை அணுகினான். அவன் ஈனக்குரலில், "இரக்கமுள்ள ஐயனே! முதுமை,பிணி, அலுப்பு ஆகிய மூன்றினாலும் பேசக்கூட முடியாதவனாகிவிட்டேன். எனக்குக் காசு வேண்டாம். நகரத்துக்கு உன் கழுதை மீது இட்டுக்கொண்டு போய்விடு. உனக்குப் புண்ணியம் உண்டு. தண்ணீர் விற்பதனால் உனக்கு வரக்கூடும் ஊதியத்தில் இரண்டத்தனை கொடுத்துவிடுகிறேன்,' என்றான்.

பெரிகில் அவன் நிலைகண்டு உருகி விட்டான். அவன் மிகுதி ஆதாயத்தை விரும்பவில்லை. விரைந்து அவனை நகரில் கொண்டுவிட்டான். வேண்டுமானால், பின்னும் உழைக்கவே எண்ணினான்; "நான் உதவி செய்கிறேன்; பணம்

வேண்டாம்.துன்பமடைந்தவருக்கு செய்யும் போது பணம் வாங்கப்படாது!"

ஆண்டி அசைய முடியவில்லை. அவனைக் கிட்டத் தட்டத் தூக்கியே கழுதைமீது ஏற்றவேண்டியிருந்தது. கழுதை நடக்கத் தொடங்கிய பின்னும் தன்பிடி சாய விட்டால் அவன் விழுந்து விடுவான் என்று கண்டு பெரிகில் அவனைக் கையால் தாங்கிக்கொண்டே சென்றான்.

நகருக்குள் வந்தபோது பெரிகில் "அன்பனே! நகரில் எங்கே போகவேண்டும்?" என்று கேட்டான்.

அவன், "அப்பனே! தண்ணீர் கண்ட இடம்தானே ஏழைக்குத் தங்குமிடம்? நான் அயலான். அயல் மரபினன். எனக்கு நகரில் இடம் ஏது ? நீ பெருந்தன்மை உள்ள நாயன். உன் வீட்டில் ஓரிரவு தங்க இடம் கொடு. உனக்கு நன்மை உண்டு," என்றான்.

பெரிகிலுக்கு இக் கோரிக்கையை மறுக்கவும் மனம் இல்லை. ஏற்கவும் முடியாது கலங்கினான். மனைவியின் பொல்லாக் கோபம் அவன் மனக்கண் முன்பு நின்று அவனை அச்சுறுத்தியது. ஆயினும் மன உறுதியில்லாமலே, ஆண்டியுடன் வீடுநோக்கி நடந்தான்.

கழுதையின் காலடியோசை கேட்டு, அவன் பிள்ளைகள் ஆவலுடன் வழக்கம்போல் ஓடிவந்தனர். அயலான் முகமும் தோற்றமும் கண்டு அவர்கள் அஞ்சிவிலகினர். ஒவ்வொருவராகத் தாயின் கால்களைச் சுற்றி நின்று ஒளித்தனர். தாய் குஞ்சுகளைப் பாதுகாக்க வரும் பெடைக்கோழிபோல் திமிறிக்கொண்டு 'என்ன காரியம்?' என்று பார்க்க வந்தாள்.

"இது யார்? என்ன சாதிப்பயல்? இந்த மதத் துரோகியை ஏன் இங்கே கொண்டுவந்தாய், அதுவும் இந்நேரத்தில்?" என்று அவள் அலறினாள்.

"நான் செய்தது தப்புத்தான். ஆனால் என்மீது காட்டும் கோபத்தை இந்த ஏழைமீது காட்டாதே. அவன் ஆளற்றவன். சத்தியற்றவன், ஓர் இரவு தங்கியிருந்துவிட்டுப் போகட்டும்." என்றான் பெரிகில்.

அவள் கேட்கவில்லை. "உடனே வெளியே அனுப்பி விடு," என்று ஆர்ப்பரித்தாள்.

அவன் வாழ்க்கையில் முதல் தடவையாக, அவன் கேட்கவில்லை. "இன்று இந்த இரவில் நான் அனுப்ப முடியாது. நாளை அனுப்பலாம்," என்றான்.

அவன் துணிவுகண்டு மனைவி மலைப்படைந்தாள். வெறுப்புடன் 'சீ நீ ஒரு மனிதனா' என்ற குறிப்பை வீசி எறிந்துவிட்டு உள்ளே சென்றுவிட்டாள். குழந்தைகள்கூட அவளுடன் சென்று பதுங்கின.

எவர் உதவியுமின்றிப் பெரிகில் ஆண்டியைத் தானே இறக்கி, ஆதரவாகத் தாங்கி, படுக்கை விரித்து, கிடத்தினான். அவன் சோதனை பெருகிற்று. ஆண்டியின் நோய் அவன் கழுதையில் ஏறிவந்த அதிர்ச்சியால் பன்மடங்காயிற்று. பெரிகில் செய்வதொன்றும் அறியாமல், கவலையே வடிவாய் அருகில் இருந்தான்.

ஆண்டியின் கண்கள் அவனை நோக்கின. ஒரு முழு வாழ்நாளின் கனிவு அதில் இருந்தது. அவன் நெஞ்சிலிருந்து எறும்பின் குரல்போல மெல்லிய ஓசை எழுந்தது. "அன்பனே! உன் அன்புக்கு ஓர் எல்லையில்லை. என் வாழ்வின் இறுதியில் வந்த தெய்வம் நீ. நீ எனக்காகக் கவலைப்படாதே. என் இறுதி அணுகி விட்டது. உன் அன்புக்குக் கைம்மாறு தரமுடியாது. ஆயினும் இதோ இதை ஏற்றுக்கொள்." என்று கூறித் தன் இடுப்பிலிருந்து ஒரு சந்தனப் பெட்டியை எடுத்துக் கொடுத்தான். பெரிகில் அதை வாங்குமுன் ஆண்டியின் உயிர் உடலைவிட்டுப் போய்விட்டது.

துயரமும் கழிவிரக்கமும் - பெரிகிலுக்குச் சந்தனப் பெட்டியைப்பற்றி நினைக்கவே நேரமில்லை. அதை அவன் மறந்துவிட்டான். "தங்க இடம் கொடுத்த இடத்தில், வந்தவன் பிணமானான். இனி, பிணத்தை வைத்துக்கொண்டு என்ன செய்வது?" என்று கலங்கினான்.

"என் சொல்லை மீறி நீ நடந்து கொண்டதன் விளைவு பார்த்தாயா? உன்னை நான் கட்டிக்கொண்டழுகிறேனே!" என்று மனைவி பிலாக்கணம் தொடங்கலானாள்.

"செய்தது செய்துவிட்டேன். நீ ஓசையுண்டு பண்ணினால் இன்னும் காரியம் கெட்டுவிடும். விடிய இன்னும் நேரம் இருக்கிறது. வெளிக்குத் தெரியாமல் பிணத்தை அப்பால் கொண்டுசென்று புதைத்துவிட வேண்டும். என்ன சொல்கிறாய்?" என்று தொடங்கினான் பெரிகில்.

பொது ஆபத்து மனைவியின் வழக்கமான ஒத்துழையாமைக்குத் தடை விதித்தது. இருவரும் ஒத்துழைத்துப் பிணத்தை நகர்ப்புறத்துள்ள பாலைவன மணலில் புதைத்துவிட்டனர்.

அவர்கள் செயலை வேறு யாரும் அறியவில்லை. ஆனால் அறியக்கூடாத ஒருவன் கண்களில் அவர்கள் திரும்பிவரும் கோலம் ஐயத்தைக் கிளப்பிவிட்டது. அதுவே அந்த ஊர் அரண்மனை அம்பட்டன் பெட்ரூகோ. இன்னது என்று தெரியாவிடினும், எதையும் துளைத்தறியும் திறம் உடையவன் அவன். அவன் கூரிய பார்வையைக் கண்டு எவருமே நடுங்குவர். இரவு ஓர் ஆண்டியைப் பெரிகில் இட்டுச் சென்றதையும் இரவே என்றும் ஒருங்கே கூடிச் செல்லாத கணவன் மனைவியர் அவ்வளவு தொலை ஒன்றாகச் சென்று மீள்வதையும் சேர்த்து இணைத்து அவன் கற்பனை ஊகம் வேலை செய்தது.

அவன் அவர்கள் வந்த திசையில் சென்று, புதுமணல் கிளறப்பட்டிருப்பதைக் கண்டான். அதைத் தானும் கிளறினான். அவன் எதிர்பார்த்ததற்கு,மேலாக அவன் கண்ட

காட்சி அவன் ஆவலைக் கிளப்பிவிட்டது. பிணத்தைக் கண்டதே அவன் முதலில் மலைப்படைந்தான். பின் கிளர்ச்சியும் எழுச்சியும் கொண்டு, மன்னனிடம் ஓடோடியும் சென்று விவரமறிவித்தான்.

மன்னன் அல்காதியும் பேராசையுடையவன் கொடியவன். மக்கள் உயிரோ, பணமோ அவன் கைப்படுவதுதான் தாமதம். அவன் கொடுமையும் பேராசையும் இறக்கை விரித்துப் பறக்கும்! அம்பட்டன் சொற்கள் அவனைக் கிளர்ந்தெழச் செய்தன. "ஒரே இரவில் கொள்ளை நடந்து, கொலை நடந்து, பிணமும் புதைக்கப்பட்டு விட்டதா? இதில் பணத்தின் தொடர்பு நிறைய இருக்கவேண்டும். அப்படியானால் பார்ப்போம்" என்று அவன் துடையைத் தட்டிக்கொண்டு வீறிட்டான்.

உண்மையைத் தவிர வேறு எதுவும் தன்னைக் காக்கமுடியாது என்று பெரிகில் தெரிந்துகொண்டான். ஆனால் அவன் உண்மையைக் கூறியும் பயனில்லை. பொருளில்லாத ஆண்டிக்கு ஒருவன் இரக்கப்பட்டான் என்பதை அவனைத் தவிர வேறு யாரும் நம்பவில்லை ஆனால் இறக்கும்போது அவன் தந்த சந்தனப்பெட்டி யின் செய்தி வந்ததே, மன்னன், "ஆ, அப்படிச்சொல்லு. எங்கே அந்தப் பெட்டி? அதைக் கொடுத்துவிடு. நீ போகலாம்," என்றான்.

பிணத்தைப் புதைக்கும்போது பெட்டியைப் பெரிகில் கழுதை மீதிருந்த ஒரு பையில் செருகி வைத்திருந்தான். அது இன்னும் அதில் தான் இருந்தது. அதைச் சுட்டிக் காட்டினான். மன்னன் பெரும்பொருள் அல்லது அணிமணி இருக்குமென்று ஆவலுடன் அதைத் திறந்து பார்த்தான். ஆனால் அதில் பாதி எரிந்துபோன ஒரு மெழுகுவத்தியும் புரியாத ஏதோ ஒரு மொழியில் எழுதப் பட்டிருந்த ஒரு தாளுந்தாம் இருந்தன. இதனைக் கண்டு ஏமாற்றமடைந்து மன்னன், இனி வழக்கினால் பயனில்லை என்று கண்டு, பெரிகிலை விடுதலை செய்தான். சந்தனப் பெட்டியையும் அவன் மீதே வீசி எறிந்து விட்டான்.

பெரிகில் இப்போது உண்மையிலேயே தன் இரக்கச் செயலுக்காக வருத்தப்பட்டான். அவன் மனைவி அவன் மடமையைச் சுட்டி இடித்துக்காட்டிப் பின்னும் மிகுதி யாகக் கொக்கரித்தாள். ஆனால் உள்ளூர இருவரும் தலைக்கு வந்தது தலைப்பாகையுடன்போயிற்று என்று கருதி அமைதியடைந்தார்கள்,

சந்தனப்பெட்டி- பெரிகிலின் மனத்தில் மட்டும் தான்செய்த நற்செயல் தனக்கு இவ்வளவு தொல்லை தந்ததே என்ற எண்ணம் இருந்து அறுத்துக்கொண்டி ருந்தது. ஆண்டியின் முகத்தில் படர்ந்த இறுதிக் கனிவை நினைக்குந்தொறும், தன் செயல் எப்படியும் தீங்கு தராது என்று அவன் ஆறுதல் பெறுவான். அத்தகைய தருணங்களில் ஒருநாள் அவன் நினைவுத்திரையில் சந்தனப் பெட்டி நிழலாடிற்று. அதை ஒரு பெரிய பரிசைத் தருவது போலல்லவா தந்தான் ஆண்டி! அவன் ஆண்டியே யானாலும், செப்புக்காசு கூடப் பெறாத வெறுந்தாளையா தருவான் என்று அவன் எண்ணம் சுருண்டோடிற்று.

"தாளில் எழுதப்பட்ட எழுத்துகளில்தான் ஏதோ இருக்கவேண்டும்!" என்று அவன் உள் மனம் கூறிற்று.

"அஃது என்ன மொழி என்று தெரியவில்லை, மூர் மரபினர் இனமொழியாகிய அரபு மொழியாகத்தான் இருக்கவேண்டும். அம் மரபினரைத் தேடிச்சென்று கேட்போம்," என்று அவன் எழுந்தான்.

அடுத்த நாள் சட்டைப்பையில் அந்தத் தாளைச் செருகிக்கொண்டு பெரிகில் வெளியேறினான். தண்ணீர் விற்கும் தன் வாடிக்கைக்காரரான மூர் மரபுக்காரர் ஒருவர் கடையில் இறங்கி அதைக் காட்டினான். கடைக்காரன் அதைக் கூர்ந்து நோக்கினான். "இது ஒரு வழி பாட்டு மந்திரம். இதைப் படித்தால் புதையல்கள் எங்கிருந்தாலும் அதற்கு வழி ஏற்படும். இடையே எத்தனை பெரிய பாறை இருந்தாலும் அதைத் தகர்த்து வழி உண்டாக்கும்," என்றான்.

பெரிகிலுக்கு இதைக் கேட்பதில் சிறிதும் உணர்ச்சி ஏற்படவில்லை. அவன் முகத்தைச் சுளித்துக்கொண்டே "இதைப் படிப்பதால் இஃதெல்லாம் வருமென்று நீ நம்புகிறாயா?" என்று கேட்டான்.

"ஆம். ஏன்?"

"இப்போது நீ படித்தாயே! உனக்கு என்ன நேர்ந்தது?"

அதற்குள் நீ ஏன் இப்படிக் கலவரப்படுகிறாய்? இதோ, சிறு எழுத்துக்களில் பக்கத்திலும் ஏதோ எழுதப்பட்டிருக்கிறது. படித்து ஆய்ந்தோய்ந்து பார்க்கவேண்டும்," என்றான்.

"நீயே படித்துப் பார்த்து வை. நான் பிறகு வருகிறேன்." என்று பெரிகில் கூறித் தாளையும் அவனிடமே விட்டுவந்தான்.

அடுத்தநாள் பெரிகில் தாளைப்பற்றிய எதுவும் மறந்து வழக்கம்போல் வேலை செய்தான். அச்சமயம் பலர் பேசிய பேச்சுக்கள் அவன் காதில் விழுந்தன. பலரும் ஒரே பேச்சுப் பேசுவதாகத் தெரியவே, அவன் கவனித்து ஒட்டுக் கேட்டான்.

அல்ஹாம்ராவிலிருந்து ஏழு கல் தொலைவில் ஏழு கோபுரங்கள் இருந்தன. ஏழாவது கோபுரத்தின் உள்ளே எங்கோ புதையல் இருப்பதாக அறிந்த பல மூர்மரபு ஆண்டிகள் அங்கே சுற்றித் திரிந்துவந்ததாக மக்கள் பேசிக்கொண்டனர்.

பெரிகிலுக்கு உடனே சந்தனப் பெட்டியிலுள்ள தாள் நினைவுக்கு வந்தது. அதைக் கொடுத்தவன் ஒரு மூர்மரபினன் என்பதும் அதை மூர்மரபினன் ஒருவனே வாசிக்க முடிந்தது என்பதும் அவன் மூளையில் மின்னல் போல் ஒளி வீசின. "தன் வீட்டில் வந்து இறந்த ஆண்டிதான் அப் புதையலைத் தேடி அலைந்த ஒரு மூராகத் தான் இருக்கவேண்டும். பாவம், அதை அடையுமுன் அவன் இறக்க நேர்ந்திருக்க வேண்டும். தன் கைம்மாறு கருதாத உதவிக்குக் கைம்மாறாகவே அவன் உள்ளத்தின் உள்ளவாவுக்குரிய இரகசியத்தைத் தனக்குத்

தந்திருக்கவேண்டும்." இவ்வெண்ணங்கள் அவன் உள்ளத்தில் அலையாடின. அடுத்து அவன் தான் அணிமையில் செய்த செயலை அவன் எண்ணினான். "இந்தப் பெரிய இரகசியத்தை நாம் சிறிதும் கருத்தில்லாமல் இன்னொருவனிடம் விட்டு வந்துவிட்டோமே. அந்தக் கடைக்காரன் நம்மிடம் அதை முழுதும் வாசித்து ஏன் கூறவேண்டும்? அவனே சென்று எடுத்துக் கொள்ளலாமல்லவா?" என்று எண்ணியபோது அவன் புறமனம் அவனை மீண்டும் சுட்டது.

அடுத்தநாள் அவன் கடைக்காரனைச் சென்று கண்டான். கடைக்காரன் தான் வாசித்தறிந்ததை முற்றிலும் விளங்கக் கூறினான். "அன்பனே! நீ நல்லவன். ஆனால் மிகவும் அவசரப்பட்டுவிடுகிறாய். உன் கையில் கிடைத்தது கிட்டதட்ட ஒரு புதையலே தான். நீ அதன் அருமை அறியாதவன் என்பதில் ஐயமில்லை. இல்லையென்றால், அதை என்னிடம் விட்டு விட்டுப் போயிருக்கமாட்டாய்!" என்றான்.

தான் எண்ணியதை அவனும் எண்ணியதுகண்டு பெரிகில் வியப்படைந்தான்.

"உண்மைதான். ஆனால் அதன் அருமை அறிந்த நீ இப்போது என்னை ஏமாற்ற எண்ணியதாகத் தெரியவில்லையே!" என்றான்.

கடைக்காரன் முகத்தில் பெருமித ஒளி ஒன்று பரந்தது. "அன்பனே! உன்னை நான் நன்கு அறிவேன். நீ வேறு இனம் தான். நான் வேறு இனம்தான். நீ வேறு மதம், நான் வேறு மதம். ஆனால் எல்லா இனங்களையும் மதங்களையும் படைத்த ஆண்டவன் ஒருவன்தான். நீ மத வேறுபாடு, இன வேறுபாடு கடந்த நல்லவன் என்பதை நான் அறிவேன். நீ அன்று கூறிய சந்தனப் பெட்டியின் கதை என்னை உருக்கிவிட்டது. என் குலத்தான் ஒருவனுக்கு நீ செய்த மறக்கமுடியாத நன்மைக்கு அவன் செய்த நன்றி இது. இஃது உனக்கே உரியது. இதில் நான் குறுக்கிட்டால், நான்

இனத்துரோகி மட்டு மல்ல. மனித இனத்துரோகி, ஆண்டவனுக்குத் துரோகி ஆவேன். இதன் அருமை அறியாத உனக்கு இதன் அருமைகாட்டி உனக்கு நன்மை செய்துவிட்டால், ஆண்டவன் திருமுன்னில் செல்லும்போது நானும் தன்னலமற்ற ஒரு நற்செயலாவது செய்திருக்கிறேன் என்ற ஆறுதல் என் கால்களுக்கு உரம் தரும்," என்றான்.

தன் மனைவி அறிந்த உலகத்தினும் பரந்த ஒரு உலகம் உண்டு என்ற நம்பிக்கையால் பெரிகில் உள்ளம் குளிர்ந்தது, "அண்ணா,நானும் ஒரு வகையில் ஆண்டவனை நேசித்ததுண்டு. ஆனால் நம்பிக்கையும் உறுதியும் என்னிடம் இல்லை. எனக்கு நீ அதை அளித்தாய். நான் செய்த நற்செயலுக்கு இதுவரை நான் எவ்வளவோ கழிவிரக்கப்பட்டு என்னையே நொந்துகொண்டிருந்தேன். நீ நீ ஆறுதல் தந்தாய். இந்தத் தாளின் இரகசியத்தால் நன்மை வராவிட்டால் அதற்காக நான் இனி வருந்த மாட்டேன். ஆனால் நன்மை வந்தால். இருவரும் பகிர்ந்துகொள்வோம். இம் முயற்சியில் என்னிடம் உண்மையாய் இருந்த உனக்கும் ஒரு பங்கு இருக்க வேண்டும். அதை ஏற்றுக்கொள்ள வேண்டுகிறேன்," என்றான்.

கடைக்காரன் இதை மனமுவந்து ஏற்றான்.

தாளில் சிறு எழுத்தில் குறித்திருந்தவற்றை அவன் இப்போது பெரிகிலுக்கு விளக்கினான். "இந்தத் தாளுடன் பெட்டியில் ஒரு மெழுகுவத்தி இருந்ததாகக் கூறப்பட்டிருக்கிறது. அதைக் கையிலெடுத்துக் கொண்டு ஏழு கோபுரங்களில் ஏழாவது கோபுரத்தின் அடிவாரம் செல்லவேண்டும். நடு இரவு நேரத்தில் இந்த மந்திரத்தை கூறிக்கொண்டே அதனை ஏற்றவேண்டும். அப்போது புதையலை நோக்கி வழி ஏற்படும். கையில் விளக்கு இருக்கும் வரை வழியில் எந்த இடருக்கும் அஞ்ச வேண்டாம். ஆனால் விளக்கு அணையத் தொடங்கும் போதே வெளியே வந்துவிட வேண்டும். ஏனென்றால், அணைந்தவுடன் திறந்த வழி அடைத்துக் கொள்ளும்.

பெரிகிலுக்கு இப்போது பெட்டியிலிருந்த பாதி எரிந்த மெழுகுவத்தி நினைவுக்கு வந்தது. நல்லகாலமாக அஃது இன்னும் தன் கழுதையின் மேலுள்ள பையிலேயே தான் இருந்தது. அடுத்தநாள் இரவு மனைவி மக்கள் தூங்கிய பிறகு அந்த மெழுகுவத்தித் துண்டை எடுத்துக் கொண்டு கடைக்காரனுடன் புறப்பட்டு ஏழுகோபுரத்தை நோக்கிச் சென்றான்.

புதையல் - நள்ளிரவு. பாலைவனத்தில் அனல்மாரியும், மண்மாரியும் ஓய்ந்திருந்தன. ஆனால் பனிக்காற்று எல்லாவற்றையும் துளைத்துக் கொண்டிருந்தது. நீண்ட அங்கியும் தலைப்பாகைகளும் அணிந்து, போர்வைகளால் உடல்முழுதும் போர்த்துக்கொண்டு இரண்டு உருவங்கள் ஏழாவது கோபுரத்தை அடைந்து அதன் அடிவாரத்தில் குந்தியிருந்தன. தொலையில் எங்கிருந்தோ நள் ளிரவுத் தொழுகைக் கூக்குரல் காற்றில் மிதந்து வந்தது. அதன் பின் பேயும் அஞ்சும் இரவின் பேரமைதி எங்கும் நிலவிற்று.

கடைக்காரன் நெஞ்சின் ஆழத்திலிருந்து அரபு மொழி மந்திரம் பனிக்காற்றினுடன் கலந்து பரந்தது. பெரிகில் மெழுகுவத்தியை ஏற்றினான். ஏற்றினவுடன் கோபுரத்தின் ஒரு பக்கமுள்ள பாறை வெடித்து ஒரு சுரங்கவழி தெரிந்தது. அவ்வோசை கேட்டு முதலில் இருவரும் கலங்கினர். பின் தேறி, பெரிகில் முன்செல்ல, கடைக்காரன் பின் சென்றான்.

கீழே படிக்கட்டுகள் வழியாக அவர்கள் உட்குகை ஒன்றை அடைந்தார்கள். வாயிலில் இரு பூதங்கள் உருவிய வாளுடன் நின்றன. கடைக்காரன், "அஞ்சாமல் செல்" என்றான். இருவரும் உட்சென்றனர். பூதங்கள் ஒன்றும் செய்யவில்லை. குகை மிக அகலமுடையதாக இருந்தது. அதன் நடுவே ஒரு பெரிய இரும்புப்பெட்டி இருந்தது. நான்கு மூலைகளிலும் நான்கு பூதங்கள் காவலிருந்தன. கடைக்காரன் முணுமுணுத்த மந்திரம் கேட்டு அவைகள் ஓங்கிய வாளைக் கீழே தொங்கவிட்டன. பெரிகில் கையில் ஏந்திய விளக்கொளி பட்டதும் அவை இருளுடன் இருளாக விலகின.

பெட்டியினுள் குடங் குடமாகத் தங்க வெள்ளி நணயங்கள் மணிக்கற்கள் நிறைத்து வைக்கப் பட்டிருந்தன. இருவரும் கைகொள்ளுமட்டும் எடுத்து, மடிகொள்ளும் மட்டும் போர்வையில் சுற்றினர். அதற்குள் விளக்கொளி மங்கத்தொடங்கியது. கடைக்காரன் போதும், தம்பி; மூடிவிடு; புறப்படவேண்டும் என்றான். அவர்கள் மூடிவிட்டுப் புறப்பட்டு வெளி வந்தனர். அவர்கள் வரும்போதே விளக்கணைந்து விட்டது. படாரென்ற ஓசையுடன் கதவடைத்துக் கொண்டது. நல்லகாலமாக இருவரும் அதற்குள் வெளி வந்துவிட்டனர். பெரிகிலின் தலைப்பாகை மட்டும் அடைபட்ட கதவால் தள்ளப்பட்டு, குகைக்குள் சிக்கிவிட்டது

தாம் தப்பி வந்துவிட்டது பற்றி அவர்கள் மிகவும் ஆறுதல் அடைந்தனர். விளக்கு வகையில் இனி முன் னெச்சரிக்கையாயிருக்க வேண்டும் என்றும் ஒருவருக் கொருவர் எச்சரிக்கை செய்துகொண்டனர்.

நகருக்குள் நுழையுமுன் கடைக்காரன் பெரிகிலுக்குப் பல அறிவுரைகள் கூறினான். "தம்பி, நீ நல்லவன். ஆனால் நீ எச்சரிக்கையாயிருக்கவேண்டும். நாம் திடீரென்று பணக்காரராய் விட்டதாகக் காட்டிக்கொள்ளப் படாது."

மன்னன் பேராசைக்காரன். ஊரோ பொல்லாதது. மேலும் இந்தச் செய்தி ஊருக்குத் தெரியாமலிருக்கவேண்டும். "நீ உன் மனைவியிடம் இதைக் கூறினால்கூட, எல்லாம் கெட்டுவிடும். விழிப்பாயிரு," என்று எச்சரித்தான். பெரிகிலும் உறுதி கூறிவிட்டுத் தனியே வீட்டிற்குள் சந்தடியின்றி நுழைந்து படுத்துக் கொண்டான்.

பெரிகிலும் கடைக்காரனும் விரைவில் பெருஞ் செல்வராயினர். அவர்கள் நட்பும் வளர்ந்தது. அவர்களிடம் பலர் பொறாமை கொண்டனர். அவர்கள் விரைந்து செல்வரானது பற்றிப் பலர் வியப்படைந்தனர். ஆனால் எவரும் இரகசியத்தை உணரவுமில்லை. மலைக்கவுமில்லை.

கடைக்காரன் அவன் தொழிலாலும் பெரிகில் தன் உழைப்பாலும் முன்வந்ததாக எவரும் நம்ப முடிந்தது. கடைக்காரன் முன்பே பெரிகிலுக்கு நல்ல வாடிக்கைக்காரனாதலால் அவர்கள் நட்பும் வியப்புக்கு. இடம் தரவில்லை.

பெண்புத்தி- ஆனால் உழைப்பின் பயனையே ஊதாரித்தனமாகச் செலவிட்ட பெரிகிலின் மனைவி இப்போது நினைத்த நினைத்த ஆடையணிகளை யெல்லாம் வாங்கத் தலைப்பட்டாள். கேட்டதையெல்லாம் அவன் சிறிது கண்டித்த பின் தருவது கண்டு, அவளே வியப்படைந்து அவன் இரகசியத்தைத் துளைக்கத் தொடங்கினாள்.

"பெரிகில், நீ எங்கிருந்து இத்தனை பணமும் கொண்டுவருகிறாய்? நீ முன் ஆண்டிப்பயல்களுடன் உறவாடி எவ்வளவோ இக்கட்டுகளைக் கொண்டுவந்தாயே. இப்போது ஒன்றும் திருட்டு, கொள்ளைக்காரர்களுடன் சேர்ந்துகொண்டு.......'

மனைவி தன்னிடம் கொண்ட அவநம்பிக்கை பெரிதில் உள்ளத்தைச் சுட்டது. அவளிடம் இரகசியத்தைச் சொல்லவும் விரும்பவில்லை. ஆயினும் அவள் ஐயமகற்ற எண்ணி, "நீ ஏன் எப்போதும் இப்படித் தவறாகக் கருதுகிறாய்? அப்படி நான் என்றும் தவறான வழியில் சென்றவனும் அல்லன்; செல்கிறவனும் அல்லன்; இந்தப் பணம் ஒவ்வொரு காசும் நல்லவழியில் வந்ததுதான்," என்றான்.

"உழைத்து வந்ததுதானா இத்தனையும்?"

அவன் ஆம் என்று கூறமாட்டாமல் மௌனமாய் இருந்தான்.

"முன்பே நீ ஆண்டிப்பயலை நம்பி ஏமாந்தாய். இப்போதும்........

"முன்பும் ஏமாறவில்லை. அந்த ஆண்டி செய்த நன்மைதான் எல்லாம்!" என அவன் கூறவேண்டியதாயிற்று.

அவள் அத்துடன் விடவில்லை. "அப்படியா! அவன் என்ன செய்தான், சொல்லு!" என்றாள்.

"அஃது ஓர் இரகசியம். அது யாருக்கும் தெரியக் கூடாது. தெரிந்தால் கெடுதல் வரும்," என்று அவன் எச்சரித்தான்.

கணவன் தனக்குத் தெரியாத இரகசியம் வைத்திருப்பதறிந்த அவள் பெண்மனம் அதை அறியத் துடிதுடித்தது. "உன் மனைவி உனக்கு வேண்டாதவளா? எனக்கு மட்டும் தெரிவித்தால் என்ன? நான் உன் நேர்பாதியல்லவா?" என்று அவள்

அவள் அவனைக் கரைத்தாள்.

எப்போதும் கடிந்துகொள்ளும் மனைவி இப்போது கனிந்து கேட்டால் அவன் எப்படிக் கடுமையாயிருப்பான்? அவன் மெள்ள மெள்ளச் சந்தனப் பெட்டியினால் வந்த செல்வத்தின் வரலாறு யாவும் கூறிவிட்டான். அத்துடன் தான் முன் ஆண்டிக்குச் செய்த நற் செயலுக்கு அவள் தன்னைத் தடுத்ததையும் பின் திட்டியதையும் சுட்டிக் காட்டி, "இனி நற்செயல் செய்வதைத் தடுக்காதே," என்றும் அறிவுரை கூறினான்.

ஆனால் நாய் வாலை நிமிர்க்க யாரால் முடியும்?அவள் பண ஆசை, பகட்டார வார ஆசை, சமூக ஆதிக்க ஆசை ஆகிய யாவும் அவள் உடலின் ஒவ்வோர் அணுவையும் துளைத்தரித்தன. அவளால் பெரிகிலும் அவன் நண்பனும் நடித்த நடிப்புக் கோட்டைக்குள் அடங்கியிருக்க முடியவில்லை.

அவள் தான் எண்ணப்படித்த அளவும் பொன் காசுகளை எண்ணுவாள். அப்படி எண்ணி எண்ணிச் சேர்த்தவைகளை எண்ணிப் பூரிப்பாள். அரசி இளவரசியர் அணியக்கூசும் அணிமணிகளில் தன்னை ஒப்பனை செய்து கண்ணாடி முன் நின்று தன் அழகில் தானே சொக்குவாள்; ஆடுவாள், பாடுவாள்.

தன்னையொத்த பிறரிடம் தன் செல்வத்தைக் காட்ட அவள் துடித்தாள். ஆனால் பெரிகில் எதையும் வெளியில் காட்டிக் கொள்ளக் கூடாதென்று பன்முறை எச்சரித்திருந்தான். இதனால் அவள் முழு ஆட்டமும் வீட்டுக்குள்ளேயே ஆட வேண்டியதாயிற்று. என்றாலும் வெளியில் அவள் பிறரிடம்- சிறப்பாக மற்றப் பெண்களிடம் - முன்போலப் பேசிப் பழக முடியவில்லை. புழுப் பூச்சிகளிடையே பறவைகள் பறப்பதுபோலப் பறந்தாள். அவள் நடையுடைகள் ஊரெங்கும் பேச்சாயிற்று.

பொறாமைப்பேய் - அம்பட்டன் பெருகுவோவுக்குப் பெரிகில் என்றால் பிடிப்பதில்லை. முன் தான் அவனை மாட்டி வைத்த பொறியினின்றும் அவன் தப்பிவிட்ட போது, அவன் பெரிகிலால் தனக்கு அவமதிப்பு நேர்ந்ததாகக் கருதினான். இப்போது அவன் செல்வனானதும் வெறுப்புப் பன்மடங்காயிற்று. ஆகவே பெரிகில் மனைவியின் ஆர்ப்பாட்டங்களைப்பற்றிக் கேள்வியுற்றதே அவன் வழக்கமான கற்பனை ஊகம் வேலைசெய்தது. பெரிகிலை மீண்டும் சிக்கவைக்க, அவன் இரகசியம் ஏதேனும் இருந்தால் கண்டுபிடிக்க வேண்டும் என்ற ஆவல் அவனிடம் எழுந்தது.

அவன் பெரிகிலின் போக்குவரத்தை ஒற்றாடினான். அவன் வீட்டினருகே அடிக்கடி சுற்றி நோட்டமிட் டான். அத்துடன் அவன் கடை பெரிகிலின் வீட்டுக்கு எதிர்ப்புறம் தான் இருந்தது. அதன் வாயிலுக்கு எதிராகப் பெரிகில் வீட்டுப் பலகணி ஒன்று உண்டு. அவன் வாயிலில் வந்து நின்று பலகணி வழியாக என்ன நடக் கிறது என்று கவனிப்பான்.

ஒருநாள் பெரிகிலின் மனைவி வழக்கத்திற்குமேல் பட்டும் அணிமணிகளும் அணிந்து கண்ணாடிமுன் வந்து தன்னைப் பார்ப்பதும் பித்துக்கொள்ளிபோல் அறைக்குள் உலாவுவதுமாக இருந்தாள். இந்தக் கோலத்துட னேயே வெளியே ஏதோ அரவங்கேட்டு, பலகணி வழியாக எட்டிப்பார்த்தாள். அச் சமயம் அம்பட்டன் பெட்ரூகோ தன் கடையின் வாயிலில் எதிரேதான் நின்றுகொண்டிருந்தான்.

அவள் அவனைக் கவனிக்கவில்லை.ஆனால்,அவன் கவனித்தான். முற்றிலும் வியப்பும் மலைப்பும் கொண்டான். பெரிகிலின் செல்வம் உழைத்து ஈட்டியவன் செல்வமல்ல, ஒரு புதையல் செல்வமாயிருக்கவேண்டும் என்று கண்டான்.

சூழ்ச்சியில் வல்ல பெட்ரூகோ மீண்டும் மன்னன் சீற்றத்தைக் கிளறிவிட்டான். "அரசே! முன்பு அந்தப் பயல் பெரிகில் சொல்லை நம்பி என் சொல்லைத் தட்டி விட்டீர்கள். அவன் காட்டிய சந்தனப் பெட்டியை நம்பி அவனை விடுதலை செய்தீர்கள். நான் கூறியது முற்றிலும் சரி என்று இப்போது அறிகிறேன். ஆண்டியிடமிருந்து பெற்றது சந்தனப்பெட்டி என்று ஏமாற்றி யிருக்கிறான். உண்மையில் அவன் பெற்ற செல்வம் அஃது அன்று. உங்கள் அரண்மனைச் செல்வத்தைவிட மிகுதியான செல்வம் அவன் மனைவியின் அணிமணிகளிலேயே அடங்கிக் கிடக்கிறது. அவள் அவற்றுடன் வெளிவருவதில்லை - நான் பலகணி வழியாகக் கண்டேன்," என்றான்.

பெரிகில் பொய் சொல்வதில் வல்லவன் அல்லன். மன்னனுக்கு இவ்வளவு தெரிந்தபின் பொய் சொல்வதும் யாருக்கும் அரிது. அவன் மீண்டும் உண்மை முழுவதும் சொன்னான். அந்தோ! இதனால் அவன் தன்னை மட்டுன்மறிக் கடைக்கார நண்பனையும் காட்டிக் கொடுக்க வேண்டியதாயிற்று.

பெரிகிலையும் அவன் நண்பனையும் சிறையிலிட்டு அவர்கள் செல்வமுழுதும் பறிமுதல் செய்யும்படி மன்னன் கட்டளையிட்டான்.

பண ஆசைகொண்ட தன் மனைவியைத் தான் நம்ப நேர்ந்ததற்காகப் பெரியில் வருந்தினான்.

சூழ்ச்சிக்கு எதிர்சூழ்ச்சி - கடைக்கார நண்பன் மூளை மட்டும் சுறுசுறுப்பாக வேலை செய்தது. அவன் தன்னையும் தன் அப்பாவி நண்பனையும் காப்பாற்ற ஒரு சூழ்ச்சித் திட்டம் செய்துகொண்டான்.

"அரசே! எங்கள் செல்வம் முழுதும் உங்களுடையதுதான். உங்களிடம் எல்லாவற்றையும் ஒப்படைக்க நாங்கள் தயங்கவில்லை. சிறையில் தங்கள் விருந்தாளியாக இருப்பதிலும் மகிழ்ச்சியே. ஆனால் இவ்வளவும் உங்களுக்குச் செய்தால் போதாது. இன்னும் எவ்வளவோ பணம் இருக்கும் இரகசியக் குகையைச் சிறை செல்லுமுன் தங்களுக்குக் காட்ட விரும்புகிறேன். உலகத்தின் செல்வ முழுதும் அதற்கு ஈடில்லை. அதை நீங்கள் அனுபவிக்கவேண்டும்," என்றான்.

மன்னன் உள்ளத்தில் பேராசைத்தீ கொழுந்து விட்டெரிந்தது. அவன் "சரி, அப்படியே செய்," என்றான்.

"அரசே! இந்த இரகசியத்தை நீங்கள் மட்டும் அறியவேண்டும். பெட்ரூகோவையும் மற்ற எல்லாரையும் அனுப்பிவிடுங்கள்," என்றான்.

எல்லாரும் வெளியே சென்றனர். பெட்ரூகோ காரியம் போகும் போக்குப் பிடிக்காவிட்டாலும் வேறு வழிகாணாமல் நண்பர் பக்கம் திரும்பிக் கறுவிக் கொண்டே சென்றான்.

பெரிகில் ஒன்றும் தெரியாமல் விழித்தான்!

விளக்கணைவதால் ஏற்படும் செய்தி தவிர மற்ற எல்லாவற்றையும் கடைக்காரன் மன்னனுக்குச் சொல்லி, நள்ளிரவில் ஏழாம் கோபுரத்தண்டை செல்ல ஏற்பாடு செய்தான். தனியே இருக்கும் சமயத்தில் பெரிகிலிடம் தன் திட்டத்தையும் கூறி எச்சரித்தான்.

அன்று மூவரும் பாலைவனத்தின் வழியே சென்றனர். மந்திரத்தின் உதவியாலும், மெழுகுவத்தியின் உதவியாலும் மூவரும் குகைக்குள் புகுந்தனர். வெளியே மன்னன் கழுதைகள் மூன்று காத்திருந்தன. முதலிரு கழுதைகளும் கொள்ளும் அளவு பொன்னைக் கடைக்காரனும் பெரிகிலும் எடுத்துக்கொண்டனர். மன்னன் சுமக்கமாட்டாத அளவு வாரிச் சுற்றிக்கொண்டிருந்தான்.

கடைக்காரன் மெழுகுவத்தியைத் தான் வாங்கிக் கொண்டான். பெரில் வெளியே வந்துவிட்டான்.

விளக்கணையுமுன் கடைக்காரனும் வெளியே ஓடி வந்துவிட்டான். மன்னன் தன் பளுவாள சுமையுடன் பின்தொடர்ந்து வருமுன் கதவு மூடிக்கொண்டது.

மன்னன் பாறையினுள் பூதங்களுடன் அடைபட்டான்.

பெரிகிலும் கடைக்காரனும் இரவே மூட்டை முடிச்சுகளுடன் அந்நகர் விட்டு வெளியேறி விட்டனர். பெரிகிலின் மனைவிக்கும் குழந்தைகளுக்கும் அவர்கள் வேறு எதுவும் சொல்லவில்லை. மன்னன் சிறையிலிருந்து தப்பியோடி வந்ததாக மட்டும் கூறி அவர்களையும் விரைவுபடுத்திக் கூட்டிக்கொண்டு சென்றனர்.

கிரானடா மன்னன் ஆட்சி மட்டுமன்றி, அவன் பெயர் கூட எட்டாத தொலைநாட்டில், குகையின் பெருஞ் செல்வத்துடன் அவர்கள் வாழ்ந்தனர்.

மன்னன் மாண்ட கதையை மட்டும் பெரிகில் என்றும் தன் மனைவியிடம் கூறவேயில்லை.

நெய்தலங்கானல்

மலாகி- கார்ன்வால் மாவட்டத்தின் கடற்கரை ஒரே பாறை மயமானது. பாறைகள் செங்குத்தாகவும் அடிக்கடி கடற்கரை நெடுகப் பலகல் தொலைவு வரை தொடுப்பாகவும் கிடந்தன. அத்துடன் அவை சுவர் போல் அலைகள் வந்து மோதும் இடத்திலேயே திடுமென இறங்கி முடிவுற்றதனால், கடற்கரைப் பக்கம் எவரும் எளிதில் வரமுடியாமல் இருந்தது. பாறைகளில் ஒருசில இடுக்குப் பிளவுகள் இருந்தன. இவற்றின் வழியாகக்கூட மக்கள் மிக அரும்பாடு பட்டே ஏறி இறங்கிக் கடலின் அலை வாய்க்குச் செல்ல முடியும். அப்படிச் செல்வதும் பேரிடர் தருவதாகவே இருந்தது. ஏனென்றால், பாறைக்கும் அலைக்கும் இடையே மண்திடலோ மணலோ எதுவும் கிடையாது. எப்போதேனும் சிறிது மணல் திரண்டால் கூட, அஃது ஒரு வேலி ஏற்றத்தில் காணப்பட்டு, அடிக்கடி அதே வேலி இறக்கத்திற்குள் காணாமல் மறைந்து விடும். வேல் ஏற்றத்தில் அலைகள் பொங்கிவரும் வேகத்தில் எவரும் பாறை ஏறு முன் அலைகளுக்கு இரையாக வேண்டி வரும்.

கார்ன்வால் நிலப்பகுதி வேளாண்மைக்குப் பேர் போனதல்ல. ஆனாலும் ஓரளவு வேளாண்மைக்கு ஏற்ற வசதியை மக்கள் அங்கே தேடிக்கொண்டிருந்தனர். கடற்கரையில் அலைகள் பாறையருகே பேரளவாகக் கடற்பாசிகளைக் கொண்டு ஒதுக்கிவந்தன. அக் கடற் பாசி நிலத்துக்கு நல்ல ஊட்டம் தருவது என்று கண்ட மக்கள், ஆண்டுதோறும் அதைப் புதிய புதிய உரமாகப் பயன்படுத்தி நிலவளங் கண்டனர். இதனால் வேளாண்மைக்கு உறுதுணையான முக்கிய தொழில்களாகக் கடற் பாசி திரட்டும் தொழிலும், அதைத் தொலை உள்நாட்டுப் பகுதிவரை கொண்டுசென்று விற்கும் தொழிலும் வளர்ச்சியடைந்தன.

கடற்பாசி இயற்கை தரும் வளமானாலும், அதைத் திரட்டும் தொழில் உண்மையில் அவ்வளவு எளிதாயில்லை. கடலின்

பாசிவளத்தில் மிகச் சிறு பகுதியே கரையில் ஒதுக்கப்பட்டது. பெரும்பகுதி திறந்த கடலிலேயே மிதந்து சென்றுவிடும். அத்துடன் வேலி ஏற்றத்தில் கரையில் ஒதுக்கப்பட்ட பாசியிலும், பெரும்பகுதி மீண்டும் அடித்துக்கொண்டு செல்லப்பட்டுவிடும். பாசி சேகரம் செய்பவர் வேலி ஏறி இறங்குமுன் விரைந்து தொழில் செய்து அதைத் திரட்டிவிட வேண்டும்.

பாசி சேகரிப்பவர் கையில் நீண்டு வளைந்த கழைக் கோல் இருக்கும். கரடுமுரடான, வழுக்கலான பாறைகளில் நின்றுகொண்டு, கழைக்கோலை நீட்டி நீர்ப்பரப்பில் மிதக்கும் பாசிகளையும் அரிப்பர். இவ்வேலையில் இடையூறு மிகுதி. ஏனென்றால் பாறைகள் வழுக்கும். குண்டு குழிகள் நிறைந்த பாறைகளினிடையே ஆழ்கசங்கள் இருந்தன. கடல் அடிக்கடி அவற்றினிடையே குமுறிக் கொந்தளிக்கும். ஆரிடர் மிக்க சுழிகளும் மிகுதி. இவற்றிடையே சிறிது தவறினாலும் கடலின் குமுறலுக்கும் குமிழிகளுக்கும் சுழிகளுக்கும் இரையாகவேண்டியது தான்!

கடற்பாசித் தொழிலில் ஈடுபட்ட எல்லாருக்கும் **மலாகி டிரெங்க்ளாஸ்** என்றால் தெரியும். வேளாளர் நிலங்களில் பயன்படுத்தும் பாசியில் பெரும்பகுதியும் கடலகத்திலிருந்து அவன் மீட்டுக்கொண்டு வந்ததாகவே இருக்கும் -- அத்தொழிலில் அவன் அவ்வளவு இரண்டற முழுநேரமும் ஈடுபட்டிருந்தான். மக்களிடையே மிகவும் வயது சென்றவர்களுக்குக் கூட எப்போதிருந்து அவன் அத்தொழிலில் ஈடுபட்டிருந்தான் என்று தெரியாது. அவனை மக்கள் பாறையுடன் பாறையாக வளர்ந்தவன்; கடலலையுடன் அலையாக விளையாடியவன், என்றுதான் எண்ணினார்கள் - அலைகளிடையே அவன் கைகளும் பாறைகளிடையே அவன் கால்களும் அவ்வளவு இயல்பாக ஈடுபட்டுத் தொழிலாற்றி வந்தன!

மலாகியின் குடிசை செங்குத்தான பாறையின் இடையில், பாறையின் உச்சிக்கும் கடலலைக்கும் கிட்டத் தட்ட நடு

உயரத்தில்தான் இருந்தது. கடலிலிருந்து பார்ப்பவருக்கு அது சுவர்போன்ற பாறையில் ஒட்ட வைத்திருப்பதுபோலத் தோன்றும். ஆனால், உண்மையில் அது பாறையின் சரிவில் ஒரு குறுகிய பிளவின் நடுவேயுள்ள சிறிதளவு அகன்ற ஒரு திட்டில்தான் இருந்தது. மலாகியின் முன்னோர்கள் அந்தத் திட்டைக் கண்டுபிடித்து, அதில் வீடுகட்டி வாழ்ந்து, பிளவையும் அதன் வழியாகக் கடலுக்கு இறங்கும் பாதையையும் தம் தனி உரிமையாக்கிக் கொண்டிருந்தனர். நீண்ட காலமாக எவரும் இவ்வுரிமையில் போட்டியிட எண்ணவில்லை. ஏனென்றால் பாறைகளிடையே புயற்காற்றுடன் தோழமை கொள்ளப் பலர் விரும்ப முடியாது. பிளவில் ஏறுவதும் இறங்குவதும் எளிதான காரியமும் அல்ல.

மலாகி பாசி சேகரம் பண்ணி விற்பதுடன் தன் தொழிலை நிறுத்திவிடவில்லை. அவன் தன் உட லுழைப்பால் அப் பாசிக்கும் அதைச் சேகரம் பண்ணிக் கொண்டு செல்லும் வழிக்கும் உள்ள தன் காப்புரிமையைப் பெருக்கிக் கொண்டான். கடும் பாறைகளிடையே அவன் முன்னோர்கள் காலடிபட்டு ஏற்பட்ட முரட்டுத் தடத்தை அவன் அருமுயற்சியால் படிப்படியாய் ஏறும் ஏணிப் படிகளாக்கினான். பாசிகளை மிகுதியாகக் கொண்டு செல்ல ஒரு கழுதையை வாங்கி, அந்தப் படிகளில் ஏறியிறங்கும்படி அதைப் பழக்கினான்.மலாகியைப் போலவே அவன் கழுதையும் அக் கடுமையான வேலையில் பழக்கப்பட்டு உடலுரம் பெற்றிருந்தது.

கிழவனான பின்பு கூட மலாகியின் உடல் இரும்பு உடலாகத் தான் இருந்தது. ஆனால், இரும்பு உடல் கூட இரும்பாய் இருக்க முடியாதன்றோ! அவன் கைகள் சிறிது சிறிதாகத் தளர்ந்தன. அவன் கால்கள் படிப்படியாகச் சற்றே தள்ளாடத் தொடங்கின. தன் கிழப்பருவம் பிறர் இளமைக்கு ஈடானாலும், அக் கிழப்பருவத்துக்கும் கிழப்பருவம் வரத் தொடங்கிவிட்டது என்று அவன் அறிந்தான். எனவே, அவன்

தன் வேலையின் அளவைச் சிறிது சிறிதாகக் குறைத்துக்கொள்ளவேண்டி வந்தது.

அவன் கடலுக்குப் போவதையே நிறுத்தும் காலமும் வந்துவிட்டது! பன்னிரண்டு மாதமாக அவன் கடலுக்கு இறங்கிச் சென்றதே யில்லை. ஆறுமாதமாக அவன் கடற்பாசி விற்றுப் பணத்தை எண்ணிப் பைகளி லிட்டுப் பெட்டியில் வைத்துப் பூட்டுவது தவிர வேறு எவ்வகையிலும் தொழிலில் ஈடுபடமுடியாதவன் ஆனான்.

ஆனால் அவன் தொழில் மட்டும் நிற்கவேயில்லை.

மாலி - அவனுடன் அவன் சின்னஞ்சிறு பேர்த்தி மாலி பாறையில் ஏறி இறங்கிப் பழக்கப்பட்டிருந்தாள். வாழ்நாளின் பெரும்பகுதியிலும் இயற்கை அவனுக்குத் தந்த வளம் இப்போதும் மாலியின் உருவில் அவனுக்குக் கிட்டிற்று என்னலாம். அவள் அவன் தளர்ந்த நரம்பு களின் தளர்ச்சி தோன்றாமல் உடனிருந்து உழைத்துப் படிப்படியாக அவன் வேலையை ஒவ்வொன்றாக அவனிடமாக நின்று தானே மேற்கொண்டு விட்டாள்.

மலாகி பாறையுடன் பாறையாக வளர்ந்ததாக மக்கள் கருதினார்களென்றால், மாலியைப் பாறை, கடல் ஆகியவற்றின் பிள்ளையாகவே கருத இடமிருந்தது. அவள் தன் தாய்தந்தையரை அறியமாட்டாள். அவள் தாய் மலாகியின் மகள். அவள் தந்தை கப்பலுடைந்து மலாகியின் பாறை வீட்டின் பக்கம் நீந்தி வந்த ஒரு கப்பலோட்டி. மாலி பிறக்கும் முன்பே தந்தையும், பிறந்த சில மாதங்களில் தாயும் இறந்ததனால், மலாகியே அவளுக்குத் தாயும் தந்தையுமாய் அவளை வளர்க்க வேண்டி வந்தது. ஆயினும் தன் தொழிலில் இரண்டற ஈடுபட்ட அவனைவிட, மலையின் செல்வியாகிய அவன் தாய் மரபும் கடலின் செல்வனாகிய அவன் தந்தை மரபுமே உள்ளூர நின்று அவளை வளர்த்தன என்னலாம். நிலத்தின் செல்வியர்களுக்கு இருக்கும் அழகு அவளிடம் இல்லை. ஆனால் மலையின் பலமும் கடலின் தங்குதடை

யற்ற போக்கும் அவள் உடலில் இடங்கொண்டு வளர்ந்தன. மலைமீது மலையாடுகளின் தடம்பிறழ்ந்தாலும் பிறழலாம், அவள் தடம் பிறழ்வதில்லை. கடலின் மீன் குஞ்சுகளுக்குத் தெரிந்த அளவு நீச்சல் அவளுக்கும் தெரிந்திருந்தது.

பாட்டன் கடற் பாசியிடையே பழகியிருந்தான். அவளோ கடற் பாசியாகவே காணப்பட்டாள். பெண்கள் அணியும் ஆடையணிகளை அவள் அறியமாட்டாள்.

தாய் அணிந்திருந்த ஆடைகளே கந்தையுருவில் அவள் ஆடையாயின. வெளியே போகும்போது மட்டும் அவற்றை உடுத்துப் பாசியுடன் பாசியாய் அவள் இருப் பாள். அலைகளைத் தவிர வேறு விளையாட்டுத் தோழர் தோழியர் அவளுக்குத் தெரியாது. சங்கு சோழிகள் அவள் விளையாட்டுப் பொருள்களாகவும் சிற்சில சமயம் அணிமணியாகவும் பயன்பட்டன. ஊரில் பாசிக்கட்டுகளைக் கொண்டு விற்பது தவிர, ஆண் பெண்கள் எவருடனும் அவள் பழகவில்லை. ஆடவரிடம் பழகும் முறை வேறு, பெண்களிடம் பழகும் முறை வேறு என் பதையோ சிறியவரிடமும், பெரியவர்களிடமும் பழகும் முறைகள் வேறு என்பதையோ அவள் அறியாள். நாணம், அச்சம் முதலிய பெண்கள் இயல்புகளை மலையாடுகள் எவ்வளவு அறியுமோ, மகர மீன்கள் எவ்வளவு அறியுமோ அவ்வளவுதான் அவளும் அறிந்திருந்தாள்.

மலாகியிடம் மக்கள் பழகிய அளவுகூட எவரும் அவளுடன் பழகவில்லை. அவள் நடமாட்டத்தில் அத்தனை விரைவு இருந்தது. அவள் பேச்சில் அத்தனை கண்டிப்பு! அவள் பாசி விற்பனைப் பேரத்தின் போது எப்போதாவது பாசியைப் பிறரிடமிருந்து கைப்பற்ற நேர்ந்தால், அவள் கையின் வலு புயலின் வலுவாயிருந்தது. அவள் பாசிக்காக அவளை நாடிய மக்கள் பாசிகடந்து அவளுடன் பழக அஞ்சினர்.

மலாகியின் உழைப்பைவிட மாலியின் உழைப்புக் கடுமையாயிருந்தது. மலாகி ஒரு வாரத்தில் திரட்டும் பாசியை அவள் ஒரு நாளில் திரட்டினாள். அதுமட்டு மன்று.

மலாகி பாசிக்கு ஊரார் கொடுத்த விலையை ஏற்றுக்கொண்டான். மாலியோ பாசியின் விலைக்கள நிலையறிந்து, உச்சவிலைக்கே அதை விற்றாள். வேளாண் மக்களுக்கு உயிராயிருந்த அந்தப் பாசிக்கு அவள் வைத்த விலை உயர்விலையாகவே யிருந்தது. மற்ற மாந்தர் கடலினருகே போகவே அஞ்சும் கோரப் புயலிலும் அவள் புயலுடன் விளையாடிப் பாசியை மலைபோலக் குவித்து வந்ததாள், அவள் கேட்ட விலைகொடுத்து மக்கள் அதை வாங்கவேண்டியிருந்தது. மக்கள் அவள் கடுமையை வெறுத்தனர். ஆனால், மலையையும் கடலையும் எந்த அளவு மனிதர் மாற்ற முடியுமோ அந்த அளவுதான் அவள் கடுமையையும் மாற்றமுடிந்தது.

மாலிக்கு வயது இருபதாயிற்று.ஆயினும் அவளைப் பற்றி நல்லெண்ணமோ நல்மொழியோ உடைய எந்த இளைஞனும் நங்கையும் கிடையாது. அவளைப் போற்றிப் புகழ விரும்பியவர் கிழவர் கிழவியர் மட்டுமே. வயது சென்ற பாட்டனை அவள் குழந்தையை நடத்தும் தாய் போல, அதே சமயம் முழுமதிப்புடன் நடத்தியது தான் அவர்கள் உள்ளங்கவர்ந்த அவளது ஒரே நற்பண்பு.

ஃபார்ட்டி - மாலியின் அகவிலை காரணமாகப் பாசிக்குக் கிராக்கி மிகுந்தது. தொழிலில் போட்டியும் எழுந்தது. மலைப்பிளவில் ஏறி இறங்குவது எவ்வளவு கடு உழைப்பானாலும், அதைச்செய்ய இளைஞர்கள் முன் வந்தனர். மாலி திரட்டும் பாசியின் முன் அவர்கள் திரட்டியது மலையின் பக்கமுள்ள மண்மேடு போலத்தான் இருந்தது. ஆயினும் இம் முயற்சிகள் கண்டு மாலி புகையாமலிருக்க முடியவில்லை.

மலையும் கடலும் எவருக்கும் தனியுரிமைப்பட்டவை யல்லவே என்று இளைஞர் ஒருவரிடம் ஒருவர் முணு முணுத்துக்கொண்டு பேசுவதை அவள் கேட்டிருந்தாள். ஆனால் மலையிடுக்கு! அத்துடன் அப்பாதையும் முற்றிலும் இயற்கையாய் அமைந்த பாதையல்லவே! படிக் கற்கள் ஒவ்வொன்றும் அவள் பாட்டன் மலாகி தொலைவி லிருந்து தூக்கிவந்தவைகள் என்பதை அவள் எப்படி மறக்க முடியும்? அவற்றுக்கு அண்டை கொடுத்து நிலைக்கவைக்கப் பொடிக் கற்களையும் பாசிகலந்த மண் ணையும் சிறுமியாயிருக்கையில் அவள் தானே தன் சின்னஞ்சிறு கைகளில் தூக்கிவந்தாள்! அவர்களுக்கும் அவர்கள் கழுதைக்கும் இருக்கும் உரிமை எப்படி ஊராருக்கும் அவர்கள் கழுதைகளுக்கும் இருக்கமுடியும் என்று அவள் கள்ளமில்லா முரட்டு உள்ளம் உள்ளூர வாதாடிற்று.

ஏழைச் சிறுவர் போட்டி மாலியை அவ்வளவாக உறுத்தவில்லை. செல்வர் வீட்டுச் சிறுவரும் இதில் வந்து கலந்து கொள்வதைக் கண்டபோது அவள் பொறுக்க முடியவில்லை. வேளாளன் ஃகன்லிஃவ் பெரும் பண்ணை யாளன். அவன் நிலபுலங்களுக்கு மாலியின் பாசியுரத்தில் ஐந்தில் ஒரு பங்குக்குமேல் தேவையாயிருந்தது. அவள் கேட்ட விலையையெல்லாம் அவள் கொடுக்க இசைந்தும் தேவையளவுக்கு அருந்தல் காலத்தில் பாசி பெற முடியவில்லை. அவன் மகன் ஃபார்ட்டி இருபத்திரண்டு வயது இளைஞன். அவன் தானே சென்று சேகரித்து அருந்தல் காலத்துக்கும் சேமித்து வைப்பதென்று துணிந்தான். அதற்காக அவன், ஒரு கழுதையையன்று ஒரு மட்டக்குதிரையையே வாங்கிவந்தான்.

ஏழையுரிமையில் செல்வர் போட்டி, கழுதை உரிமையில் குதிரை போட்டி என்று மாலி கறுவினாள்.

ஒரு கழுதைக்குமேல் செல்லமுடியாத பாதை இடுக்கில் அடிக்கடி ஃபார்ட்டி குதிரை நின்று மேய்ந்து கொண்டிருந்தது. இது கழுதையும் அவளும் செல்லும் இடத்தை அடைந்தது.

அவள் உள்ளம் மேலும் புகைந்தது. குதிரையின் கால்களை முறித்துவிடுகிறேன்' என்று கூறிக்கொண்டாள் அவள்.

அவனைக் கண்டபோதெல்லாம் அவள் சீறிவிழுந்தாள். "நீ வேளாளன் பிள்ளையாயிருக்க முடியாது; பாசி விற்பவன் பிள்ளையாகத்தான் இருக்கவேண்டும். உன் குதிரையும் குதிரையாயிருக்க முடியாது. அது போன தலைமுறையில் ஒரு கழுதைக்குட்டியாகத்தான் இருந்திருக்கும்," என்று அவள் ஒருநாள் அவனை இடித்துக் கூறினாள்.

ஃபார்ட்டி அவன் வயதுக்கு முரடனல்லன். அமைதி யுடையவன் தான். ஆண்கள் அவன் செல்வம் கண்டு அவனை மதித்தனர். பெண்களோ அவன் அந்த சந்தமான தோற்றத்திலும் நாகரிக நடையுடை இயக்கங்களிலும் ஈடுபட்டு அவனிடம் நய இணக்கத்துடன்தான் நடந்துவந்தனர். ஆகவே, மாலியின் இக் கடுமொழி அவனுக்குச் சுட்டது.

'இதோ பார் மாலி, வழக்காடுவது சரி. நாகரிகமாகப் பேசி வழக்காடினால் என்ன?" என்றான்.

"நாகரிகமாம், நாகரிகம்! பிறர் உரிமையில் தலையிடுவதுதான் நாகரிகமான செயல் போலும்?"

"கடல் யாருக்கும் தனி உரிமைப்பட்டதல்லவே!" 'ஓகோ! வானமும் யாருக்கும் தனியுரிமைப்பட்ட தல்லதானே. அதற்காக உன் வீட்டுமோட்டில் ஏறி நின்று வானத்தைப் பார்க்கிறேன் என்று ஒருவன் சொன்னால் !"

"இதற்கும் அதற்கும் என்ன தொடர்பு?"

"என்ன தொடர்பா! என் வீட்டு வழியாக எங்கள் கடலில் வந்து ஏன் பாசி எடுக்கவேண்டும்? நேர்மை என்பது இன்னதென்று இம்மியளவு தெரிந்திருந்தால் இது புரியுமே !"

"உன் உரிமையில் குறுக்கிடும் எண்ணம் எனக்குச் சிறிதும் கிடையாது, மாலி ! நான் விற்பதற்காகப் பாசி எடுக்கவில்லை. சொன்ன விலை கொடுத்தாலும்கூட எங்களுக்கு வேண்டிய பாசியை நீ கொடுக்க மறுக்கிறாய். எங்களுக்கு வேண்டிய பாசியைத்தான் நான் எடுக்க வருகிறேன், அதுவும் என் உழைப்பாலேயே! இதில் உன் உரிமை எங்கே குறுக்கிட்டது? கடலில் அலைகள் எவ்வளவோ பாசியை உன் கடலிலிருந்து அடித்துக் கொண்டு செல்கிறதே! உன் உரிமையையா அடித்துக் கொண்டு போகிறது?"

"கடல் கொண்டுபோகட்டும், நீ கொண்டு போகப் படாது."

"என்னை ஒரு நண்பனாகக் கருதிக்கொள். வீண் கோபம் வேண்டாம்," என்றான் அவன்.

"நண்பன்! உன்னைப்போன்ற கேடுகெட்டவன் நட்பு இங்கே யாருக்கு வேண்டும்?" என்று கூறி அவனைச் சுட்டெரிப்பதுபோலப் பார்த்துவிட்டுச் சென்றாள் மாலி.

மாலியிடமிருந்து செய்தி கேட்டபோது உள்ளூர மலாகிக்குக் கோபம்தான் வந்தது. ஆனால் ஃபார்ட்டி செல்வர் வீட்டு இளைஞன். ஆகவே அவன், "போகட்டும், விட்டுவிடு, மாலி. கடவுள்தான் அவனுக்குத் தண்டனை தரவேண்டும். அவன் அந்தப் பாசியுடன் பாசியாகக் கடலில் அழுந்திச் சாகட்டும்!" என்றான்.

'ஆம். அப்படித்தான் நேரவேண்டும். நேரும். குறளிக் கசத்தில் அவன் ஒரு நாளில்லாவிட்டால் ஒரு நாள் அகப்படாமல் போவதில்லை. அப்போது அவனைக் காப்பாற்ற நான் ஒரு சுண்டுவிரலை உயர்த்தினால், நான் மாலியில்லை!" என்று அவள் உறுமிக்கொண்டாள்.

குறளிக்கசம் - பாசிகள் மற்ற இடங்களைவிட மலாக்கியின் வீட்டை அடுத்த கடலில் மிகுதியாக ஒதுங்குவதற்குக் காரணமாயிருந்தது குறளிக்கசம்தான். கரையிலிருந்து சிறிது தொலைவில் அமைதியாகத் தூங்கும் ஒரு பாறையினருகே

அது அமைதிக் காலங்களில் ஒரு சிறு தெப்பக் குளமாகக் கிடந்தது. ஆனால் புயல் காலத்தில் அதன் சிறிய பரப்புக்குள் ஏழு கடல்கள் கொந்தளித்துக் குமுறிக் கொம்மாளம் அடித்தன. அதன் உள்ளிடம் கடலின் ஆழத்துடனும் பாறையின் அடியிலுள்ள நிலக்குகைகளுடனும் தொடர்பு டையதாயிருந்தது. அதன் ஆழமோ உள்வளைவு குடைவுகளோ சொல்லித் தொலையாது. மக்கள் அதைக் குறளிக்கசம் என்று கூறியதில் வியப்பில்லை. ஏனெனில் புயற்காலத்தில் மீன்கள் கூட அதன் பக்கம் வர அஞ்சும்! ஆழ்கடல் நண்டுகள் கூட அதன் அருகே உள்ள பாறைகளில் தங்குவதில்லை!

குறளிக்கசத்தின் அருகிலுள்ள தூங்கும் பாறையில் மலாகி கூடக் கால் வைத்ததே கிடையாது. அதன் மீது அச்சமின்றி நடமாடிய ஒரே உயிரினம் மாலி மட்டுமே! அமைதிக் காலத்தில் கடலில் நீந்தியும் அந்தக் கசத்தில் முக்குளித்தும் அவள் அதன் சுற்றுப்புறங்களில் வளைவு நெளிவுகளையும் அதன் உட்புறக்குடைவு முடைவு களையும் நன்கறிந்திருந்தாள். அத்துடன் நீர்ச்சுழிகளையும் குமுறல்களையும் அவள் எதிர்த்துப் போராடுவதில்லை. அவற்றைத் தன் தோழர்களாக்கி வேண்டிய திசையில் செல்ல அவற்றைப் பயன்படுத்திக்கொள்வாள்!

கடல் இன்னதென்றறியாத வேளாண் செல்வர் வீட்டுப் பிள்ளையாகிய ஃபார்ட்டி என்றேனும் ஒரு நாள் குறளிக்கசத்தின் எளிமை அழகிலும் தூங்கும்பாறையின் கவர்ச்சியிலும், புயற்காலங்களில் கசத்தில் புரளும் பாசிவளத்தின் அளவிலும் சிக்காது இருக்கமாட்டான் என்று மாலி கருதினாள். அவள் கருதியது தவறாகவும் இல்லை. அவன் அடிக்கடி அக்கசத்தைக் கண்டேங்குவதையும் தூங்கும் பாறையில் நின்று பாசித்திரளை வாரக் கை ஏந்துவதையும் அவள் அடிக்கடி பார்த்திருந்தாள்.

ஒருநாள் மாலை அமைதியிடையே மெல்லக் காற்று வீசத் தொடங்கிற்று. காற்றுப் புயலாகத் தோன்றவில்லை. கடலில்

அலைகளும் எழவில்லை. ஆனால் கடல் மலாக்கியின் கடலை நோக்கி வேகமாகப் பாய்ந்து வந்து கொண்டிருந்தது. கடற்பாசிகள் கடலுக்குள் பாயும் ஆறுகள் போல நாற்புறமிருந்தும் பாய்ந்துவந்து குறளிக் கசத்துக்குள் சுருண்டு தூங்கும் பாறைமீது புரண் டன். கடல், புயல், பாறை ஆகியவற்றின் தூங்கு நாடிகளையும் விழிப்பு நாடிகளையும் நன்கு அறிந்த மாலிக்கு இவ்வடையாளங்களின் பொருள் தெரியும். அது பாசி சேகரிப்பதற்குரிய வேளையல்ல; பாசி வளத்தை வாளா பார்த்துக்கொண்டிருக்கவேண்டிய நேரம்! அந்தக் கோரப்புயலின் வேகம் அடங்கியபின்தான் ஒதுங்கிய பாசிகளைத் திரட்ட முற்படலாம். ஆகவே அவள் கடலின் கரையிலுள்ள உயர்பாறை ஒன்றிலிருந்து கடலை ஆவலுடனும் ஆர்வத்துடனும் பார்த்துக்கொண்டிருந்தாள்.

ஃபார்ட்டிக்கு மாலியின் செய்தி தெரியாது. ‘அவள் பெண்தானே, கடலுக்குள் செல்ல அஞ்சி, தொங்கும் பாசியை நம்பியிருக்கிறாள்' என்று நினைத்து அவன் முன்னேறிச் சென்றான். செல்லட்டும் என்று முதலில் இருந்தவள், அவனுக்குத் தான் பின்னடைவானேன் என்று எண்ணித் தானும் சென்று பாசியை வாரினாள்.

போட்டியுணர்ச்சியால் ஃபார்ட்டி மேலும் மேலும் முன்னேறிச் சென்றான். தூங்கும் பாறையருகே அவன் நாட்டமும் சென்றது. காலடியும் மெல்ல அதை நோக்கி நகர்ந்தன.

அவள் மனித உள்ளம், உள்ளூரப் பெண்மை நலந் தோய்ந்த பெண்மையுள்ளம், அவளையறியாமல் எச்சரிக்க முன் வந்தது.

"ஃபார்ட்டி! நீ அறியாச் சிறுபிள்ளை. அந்தத் தூங்கும் பாறையில் கால் வைக்காதே. அஃது ஆபத்து. அதிலும் இன்றைய புயல்......'

அவள் எச்சரிக்கையை அவன் எச்சரிக்கையாகக் கருதவில்லை. ஏளனமாக எண்ணினான். அவன் வேண்டுமென்றே துணிவுடன் தூங்கும்பாறையின் மறுகோடி வரை சென்று,

அதில் நின்று பாசிகளை மலைமலையாக வாரிப் பாறையில் குவித்தான்.

இந்த நிலை வரவேண்டுமென்றுதான் அவள் விரும்பி இருந்தாள். ஆனால் வரும்போது அவள் மகிழ வில்லை. அவன் அறியாத் துணிச்சல் கண்டு முதலில் கோபப்பட்டாள். பின் இரக்கப்பட்டாள். அவள் நெஞ்சு அவளையுமறியாமல் படபடத்தது.

ஆனால் நெஞ்சு படபடக்க நேரமில்லை. அதற்குள் குறளிக்கசம் படபடத்தது. அலை எழாமலே கடல் புளித்த தோசைமாவைப் போலப் பொங்கித் தூங்கும் பாறையின் கழுத்தளவு உயர்ந்துவிட்டது.

"வந்துவிடு, ஃபார்ட்டி, வந்துவிடு," என்று கூவி னாள் மாலி.

அவன் வரத்தான் முயன்றான். ஆனால் அவன் கையின் பேராசை வளைகோலில் சிக்கிய பாசியுடன் வர முயன்றது. குறளிக்கசம் பாசியைச் சுழற்றி உள்ளிழுத் தது. பாசி கையை வளைத்திழுத்தது. அவன் கால் சறுக்கிற்று. அவன் குறளிக்கசத்தின் குமுறலுடன் குமுறி அதன் நீரில் கவிழ்ந்து சென்றும் மேல் வந்தும் அலறினான்.

மாலியின் அகமும் ஆகமும் பற்றி எரிந்தன. ஆனால் அவள் அமைதி நிலையை விடவில்லை. அவன் நீரில் மேலெழும் சமயம் பார்த்துத் தன் வளைகோலை அருகில் நீட்டி "இதைப் பிடித்துக்கொள்,ஃபார்ட்டி!" என்றாள்.

கிலியும் கலக்கமும் அதிர்ச்சியும் ஃபார்ட்டியை அப்போதே அரையுயிர் ஆக்கியிருந்தன. ஆனால் அவன் கைகள் மட்டும் அந்த வளைகோலைச் சாப்பிடியாய்ப் பிடித் துக் கொண்டன. அத்துடன் அவன் உணர்வு முற்றிலும் இழந்தான். ஆயினும் நீருடன் அவன் போராடிய போராட்டம் முடிந்தது. நல்ல காலமாக அவனைக் காட்டி லும் நீரின் உணர்ச்சியறிந்து பழகிய மாலியே அப் போராட்டத்தை இப்போது மேற்கொண்டாள். அவளிடம் தோழமை பூண்ட குறளிக்கசம்

மெள்ள மெள்ளத் தான் விழுங்க எண்ணிய இரையை அவளிடம் ஒப்படைத்தது.

உடலைக் கரைக்குக் கொண்டுவருவது அவளுக்கு எளிதாயிருந்தது. ஏறிவரும் கடலின் பிடிக்கு எட்டாமல் அதை உயரத்தில் ஏற்றுவது அவளுக்குக் கடினமாயிருந் தது. அவள் பலம் மிகுதியானாலும், பாறையின் வழுக்கலிடையே அவள் அரும்பாடுபடத்தான் வேண்டிவந்தது. ஓரளவு அலையின் பிடிக்கு அப்பால் கொண்டுவந்தபின் அவனை அவள் உணர்வுநிலைக்குக் கொண்டுவர முயன்றாள். அவனுக்கு எத்தகைய பேரிடையூறும் வரவில்லை. ஆனால் தலையடிபட்டுக் குருதி கொட்டிற்று. அதை ஓரளவு அவள் தன் ஈரத்துணி கிழித்துக் கட்டினாள். ஆனால் குருதிப் போக்கைவிடக் கிலி அவன் நாடித்துடிப்பைத் தாக்கிவிட்டது. அவன் கண்களைச் சற்றுத் திறந்த பின் மீண்டும் மூடிச் செயலற்றவனாய் விட்டான்.

அவளுக்கு இன்னது செய்வதென்று தெரியவில்லை. ஓடோடிச் சென்று பாட்டனை அழைத்துவந்தாள். செங்குத்தான மலைப்பாறைமீது அவனைக் கொண்டு செல்ல அவனாலும் உதவமுடியவில்லை. அவன் கடலருகே இறங்கி வந்ததே பெருமுயற்சியாய் விட்டது.

ஃபார்ட்டியையும் அவளையும் கிழவன் ஏற இறங்கப் பார்த்தான்.

"மாலி, நீ செய்த செயல் நன்றாயில்லை. நீ அவனைக் காப்பாற்றினாய் என்று யார் சொல்வார்கள்? அவனைச் சாகவிட்டிருந்தால் கூட நமக்குக் கேடில்லை. இப்போது நீதான் கொன்றுவிட்டாய் என்றல்லவா கூறுவார்கள்?' என்றான் அவன்.

ஆனால் அவள் உள்ளமோ இப்போது வேறு எது பற்றியும் கவலைப்பட்டதாகத் தெரியவில்லை. அவன் உயிருக்காக மட்டுந்தான் அது கவலைப்பட்டுத் துடித்தது."தாத்தா யார் என்ன சொன்னாலும் சொல்லட்டும்; அவனை நானாகக்

கொன்றாலும் என்னால் கொல்ல முடி யும். இப்படித் தெரியாத்தனத்தால் சாவதை என்னால் பார்த்துக் கொண்டிருக்க முடியாது. நான் போய் அவர் வீட்டில் சொல்லி உதவிக்கு ஆளனுப்பச் சொல்லி வருகிறேன்," என்று கூறி விரைந்தாள்.

அடாப்பழி - மாலி பாறை உச்சிவரை ஓடிச்சென்று, அங்கிருந்து சுற்றுமுற்றும் பார்த்தாள். இருபுறத்திலும் ஒரு காகத்தைக் கூடக் காணவில்லை. மறுபுறம் இறங்கி நகருக்குள் சென்றாள். தெருக்களெல்லாம் வெறிச்சென் றிருந்தது. புயலும் மழையும் கலந்து வீசிய அந்த நேரத் தில் எல்லாரும் கதவையும் பலகணிகளையும் சார்த்தி வீட்டில் அடைபட்டுக் கிடந்தனர். ஆனால் மாலிமட்டும் உடலுக்கோ காலுக்கோ தலைக்கோ எத்தகைய பாதுகாப்புமற்ற நிலையிலேயே தன்னை மறந்து ஓடினாள்!

ஃகன்லிஃவ் குடும்ப மாளிகையின் பக்கம் அவள் அது வரை சென்றதில்லை. ஆனால் இன்று அவள் பரபர வென்று சென்று அதன் கதவைத் தட்டினாள். கதவைத் திறந்து பணியாள் 'ஏன் கதவை வந்து தட்டுகிறாய், போ வெளியே!' என்று கடுகடுத்தான் 'திருவாட்டி ஃகன்லிஃவ் வைக் காணவேண்டும்' என்று அவள் கூறியதற்கும் இதைவிட மோசமான மறுமொழிதான் வந்தது. ஆகவே அவள் ஃபார்ட்டியின் நிலைபற்றிப் பணியாளிடமே கூற வேண்டியதாயிற்று. அது கேட்டதும் நிலைமை மாறிற்று. திருவாட்டி ஃகன்லிஃவ்வும் திரு. ஃகன்லிஃவ்வும் ஓடோடி வந்தனர். ஒரே அமளிகுமளிப்பட்டது. விரைந்து உதவி யாளுடன் போகவேண்டும் என்று மாலி துடித்தாள். 'இந் நேரம் எப்படி யிருப்பாரோ, உடன் ஆளனுப்பிப் பாருங்கள்' என்றாள்.

செய்தி கொண்டு வந்தவளைப் பற்றிக் கவலைப்படு பவரோ கவனிப்பவரோ அங்கே யாரும் இல்லை. அவளுக்கு நன்றியாக ஒரு சொல் தெரிவிக்கக்கூட யாரும் கனவு காணவில்லை. ஏழையின் மனிதப்பண்பை யார் மதிப்பர்!

அதுமட்டுமன்று. அந்த உயிராபத்தான வேளையிலும் அவர்களுக்கு மாலியைக் குறுக்குக் கேள்விகள் கேட்க, அவள் மீது ஐயப்பட மனத்தில் இடமிருந்தது.

திருமதி ஃகன்லிஃவ் "ஐயோ, அந்தக் கீழ்மக்களுடன் போட்டிக்குப் போகவேண்டா மென்றேனே, கேட்க வில்லையே! ஐயோ! கொன்று விட்டார்களே உன்னை!" என்று கதறினாள்.

யாரோ திரு. ஃகன்லிஃவ்வின் காதில் ஏதோ சொன்னார்கள். உடனே அவன் மாலியின் பக்கம் திரும்பி "கொன்றது நீயானால், பழிக்குப்பழி வாங்குவேன்; நினைவிருக்கட்டும்," என்றான்.

எந்த உயிரைக் காக்க அவள் தன் பழம் பகையை விடுத்துத் தன் உயிரையும் இடருக்குள்ளாக்கினாளோ, அந்த உயிரைத் தானே கொன்றதாக அவர்கள் முடிவு காணாமலே ஐயுறுவதை அவள் உணர்ந்தாள். பாட்டன் எண்ணியது தவறல்ல என்று கண்டாள்.

செல்வத்தின் நன்றிகெட்ட தனத்தையும்,உணர்ச்சியற்ற அன்பற்ற தன்மையையும் கண்டு அவள் மனம் கசந்தது. "அதையெல்லாம் சிந்திக்கலாம், பின்னால்! இப்போது மருத்துவரை அழைத்துக் கொண்டுபோய், உயிர் மீட்க வழியுண்டா என்று பாருங்கள்," என்று கூறி வெறுப்புடன் தன் வழியே திரும்பி விரைந்தாள்.

எப்படியும் அவர்கள் இனி வருவார்கள் என்ற எண்ணத்துடன் மாலி வழி நடந்தாள். அவள் உள்ளத்தில் சீற்றமில்லை. வெறுப்பும் கசப்புமே இருந்தன. "என் மீதும் என் பாட்டன் மீதுமே அவர்கள் ஐயமுறுகிறார்கள். ஆனால் அதைப்பற்றி நான் கவலைப்பட வில்லை. அவன் பிழைக்காவிட்டால் இந்த நன்றி நலங் கெட்ட சமூகத்தில் இருந்தாலென்ன........

ஃபார்ட்டியுடலின் அருகில் பாட்டன் இருந்த காட்சி எண்ணத் தொடரை அறுத்தது. "தாத்தா! அவர் கண் விழித்தாரா," என்றாள்.

"இல்லையம்மா!.நீ போகும்போது இருந்த நிலையி லேயேதான் அவன் இருக்கிறான்," என்றான் மலாகி.

திரு ஃகன்லிஃவ் வருமுன் ஃபார்ட்டி ஒரு தடவை இலேசாகக் கண் திறந்தான். அவன் கண் மாலியை அரையுணர்வுடன் வியப்புடன் பார்த்தது. ஆனால் அடுத்த கணம் அது மூடிக்கொண்டது. அதன்பின் அசைவே காணவில்லை. மாலி கலவரப்பட்டாள்.

தாய்தந்தையர் வந்து அவன் நிலையைக் கண்டதும் மீண்டும் அமளி குமளியாயிற்று. ஃபார்ட்டியை எழுப்ப முயன்றதில் பயன் ஏற்படவில்லை. இறந்துவிட்டதாகவே எண்ணினர். மீண்டும் ஐயமும் குறுக்குக் கேள்விகளும் எழுந்தன. மாலியும் கிழப்பாட்டனும் கூறிய செய்தியை அவர்கள் நம்பவில்லை. தலையிலுள்ள காயம் கண்டு அவர்கள் மாலியும் அவள் பாட்டனும் அவனைக் கல்லா லடித்துக் கடிலில் தள்ளிப் பின் கதை கட்டுவதாகச் சாட்டிப் பேசி அச்சுறுத்தினர்.

உணர்வற்ற நிலையிலேயே அவர்கள் ஃபார்ட்டியின் உடலைத் தூக்கிக்கொண்டு சென்றனர். போகும்போது ஃகன்லிஃவ் மாலி யிருந்த திசை நோக்கி, 'குருதிக்குக் குருதி வாங்குகிறேனா இல்லையா பார்," என்று கறுவிக் கொண்டு சென்றான்.

மலாகி தன் பேத்தியின் செயலுக்கு முதல் தடவையாக அவளை நொந்துகொண்டான். அவளும் பித்துப் பிடித்தவள் போலானாள். ஆனால் அவள் தான் செய்ததற்காக வருந்தவில்லை. அங்கும் மனச்சான்று அவள் பக்கம் நின்றது. அதோடு ஃபார்ட்டி ஒரு தடவை கண் திறந்த போது நன்றியும் ஆர்வமும் கலந்த அவன் பார்வை.........அது அவள் மனக்கண் முன் நின்று எல்லா மனக்கசப்புக்கும் மாற்றளித்தது. அவன் மட்டும் பிழைக்கட்டும்! அஃது ஒன்றே அவள் ஓயாக் கவலையா யிருந்தது.

அன்பின்வெற்றி- காலையில் யார் என்ன சொன்னாலும் சொல்லட்டும் என்று அவள் ஃபார்ட்டியின் நலம் உசாவச்

சென்றாள். இரவு முழுவதும் அவன் அப்படியே தான் கிடந்திருந்தான். இறந்துவிட்டதாக முடிவு கட்டிய தாய்தந்தையரும் பிறரும் அழுதரற்றிக் கொண்டிருந்தனர். ஆனால் அவன் இறந்திருக்க முடியாது என்று மாலி எண்ணிக்கொண்டு அருகே சென்றாள். அவன் கை சற்றே ஆடியது. உடனே அவள், "ஃபார்ட்டி இறந்து போகவில்லை, ஃபார்ட்டி இறந்துபோகவில்லை. உயிருடன் இருக்கிறார்," என்று கூவினாள்.

தாய் ஓடோடி வந்து, "ஃபார்ட்டி என் கண்ணே! நீ பிழைத்து விட்டாயா?" என்று கேட்டாள்.

ஃபார்ட்டி மெள்ளக் கண் திறந்தான். தாயின் முகம் அவன் கண்ணில் பட்டது. ஆனால், அவனால் பேசமுடிய வில்லை.கண்களும் விரைவில் மூடிக்கொண்டன. ஆனால் அந்த நிலையிலும் அவன் "மாலி ... மாலி எங்கே?" என்று முணகினான்.

மாலி அவனைக் கொன்றிருக்க முடியாது என்பதற்கு இந்த ஒரு சொல்லே அண்டையிலுள்ளவர்களுக்குச் சான்றாயிற்று. அவன் பிழைத்துக் கொண்டான் என்ற மகிழ்ச்சியைத் தன் பாட்டனிடம் சொல்ல அவள் ஓடோடிச் சென்றாள்.

அன்று மாலையெல்லாம் மாலி ஃபார்ட்டி பிழைத்தது பற்றிய மகிழ்ச்சியுடன் வழக்கம்போலத் தன் வேலையில் ஈடுபட்டாள். இருள் கவிந்துவிட்டது. கழைக்கோலினால் கடைசிப் பாசிச் சுருளைக் கரைமீது கொட்டிக் கழுதையுடன் திரும்ப எண்ணினாள். அச்சமயம் ஒரு விளக்கொளி பாறை உச்சியிலிருந்து அவளை நோக்கி வந்துகொண்டிருந்தது.

வந்தது திரு ஃகன்லிஃவ். அரையிருளிலிருந்தே அவன் "யாரது! மாலியா?" என்றான்.

"ஆம்! ஃபார்ட்டிக்கு எப்படி இருக்கிறது?" என்று அவள் உசாவினாள்.

"நீயேதான் வந்து பார்க்கவேண்டும், மாலி! அவன் உன்னிடம் பேசிய பின்தான் எதுவும் அருந்துவேன் என்று பிடிவாதம் செய்கிறான்," என்றான்.

ஃபார்ட்டியின் உயிர் தன் மீது ஏற்பட்ட ஐயப் பேயையும் அடாப்பழியையும் முற்றிலும் மாற்றி விட்டது என்பதை மாலி ஒரு நொடியில் ஊகித்துக் கொண்டாள். 'ஃபார்ட்டி விரும்பினால் நான் வருகிறேன் என்று கூறிப் பாட்டனிடம் சென்றாள். கிழவன் மலாகிக்குக் கொஞ்சநஞ்சம் காலையில் மீந்திருந்த அச்சமும் அகன்றது. "போய்ப் பார்த்துவிட்டு விரைவில் வா அம்மா!" என்று கூறி மாலியை அனுப்பினான்.

பணியாட்களின் ஐயப்பார்வைகளின் தடையில்லாமல் ஃகன்லிஃவ் மாளிகையில் அன்றுதான் அவள் இயல்பாகச் சென்றாள். ஆனால் இம் மாறுதலை அவள் கவனிக்க வில்லை. ஃபார்ட்டி இன்னும் உடல் நலிவுடன் எழுந் திருக்க முடியாமல்தான் இருந்தான்.

மாலி அருகே செல்லும்போதே அவன் 'மாலி வந்துவிட்டாளா?' என்று கேட்டது அவள் செவிப்பட்டது. தாய் 'இதோ மாலி வந்திருக்கிறாள்' என்றாள்.

"மாலி! என் உயிரை நீ காப்பாற்றியதற்கு நானே உன்னிடத்தில் நேரில் நன்றி தெரிவிக்கக் கடமைப்பட்டிருக்கிறேன்," என்றான்.

அதே சமயம் திருமதி ஃகன்லிஃவ், "நாங்களும் உன்னை ஐயுற்றுக் கடுமொழிகள் கூறியதற்கு மன்னிப்புக் கோருகிறோம். நாங்களும் நன்றி தெரிவிக்கிறோம்," என்றாள்.

"நான் செய்த செயலுக்கு நான் என்றும் வருந்தி யிருக்கமாட்டேன். ஆனால் அது பயனடைந்து நீங்கள் பிழைத்ததற்கு மகிழ்ச்சியடைகிறேன்," என்றாள் மாலி.

ஃபார்ட்டி "இனி நீ என்னை நண்பனாகக் கருதலாமல்லவா?" என்றான்.

"தாராளமாக ஏன்?" என்று கேட்டாள் வியப்புடன்.

"இல்லை! நான் இனியும் பாசி சேகரிக்க வரத்தான் எண்ணுகிறேன். ஆனால் எனக்காக அல்ல. உனக்காக," என்றான்.

அவளுக்கு அவன் கூறியதன் பொருள் விளங்கவில்லை. ஆனால் அவன் இன்னும் முற்றிலும் நலமடையாத நிலையில், அவனுடன் நீடித்து உரையாட அவள் விரும்பவில்லை. அத்துடன் பாட்டன் தனியே இருப்ப தையும் நினைத்துக்கொண்டு அவள் விடைபெற்றுத் திரும்பினாள்.

ஃகன்லிஃவ் குடும்பத்தினர் இத்தடவை விளக்குகளுடன் இரண்டு பணியாட்களையும் உடன் அனுப்பினர். அவள் "எனக்கு ஏன் இத்தகைய துணை" என்று மறுத்தும் அவர்கள் அவளுடன் பாறைவீடுவரை வந்து சென்றனர்.

அவள் உள்ளம் இரவெல்லாம் உறங்காமல் ஃபார்ட்டியின் சொற்களையே நினைந்து வட்டமிட்டது.

ஆனால் அவள் மகிழ்ச்சியைவிடக் கிழவன் மகிழ்ச்சி பெரிதாயிருந்தது. அவன் தன் அரைத்தூக்கத்திடையே 'ஆ, நான் என்றும் மறக்கமாட்டேன், என்றும் மறக்க மாட்டேன்," என்றான்.

மாலி அவனை எழுப்பி, "என்ன தாத்தா! மறக்க மாட்டேன்," என்கிறீர்கள்? என்றாள்.

அவன் சிரித்துக்கொண்டு மீண்டும் படுத்து உறங்கினான். ஆனால் 'ஆ, நான் என்றும் மறக்கமாட்டேன்' என்ற பல்லவி அவள் கண்ணயரும் வரை கேட்டது.

பிளவு தீர்ந்தது- ஃபார்ட்டி உடல் நலம்பெற நலம் பெற, அவனை ஃகன்லிஃவ் மாளிகையில் தங்கவைப்பது கடினமாயிற்று. அவன் மாலியின் நினைவைத் தவிர வேறெதிலும் கருத்தற்றவனானான். தாய் தந்தையரும்

இப்போது அவனைத் தடுக்கவில்லை. மாலிக்கே அவன் உயிர் உரியது என்று அவர்கள் கருதினர்.

ஒருநாள் திருவாட்டி ஃகன்லிஃவ் மகனை நோக்கி, "ஃபார்ட்டி! மாலியை நான் இங்கே கொண்டுவந்துவிட எண்ணுகிறேன்" என்றாள்.

"ஏனம்மா?"

"உன்னை இங்கே தங்கவைக்கத்தான். அத்துடன் மாலியிடம் எனக்கும் இப்போது பாசம் ஏற்பட்டிருக்கிறது.'

"அவள் பாட்டன் மலாகி......."

"பாட்டனும் இங்கேயே இருக்கட்டும். தள்ளாத வயதில் அந்தக் காட்டுவீட்டி லிருப்பானேன்?"

"பாசி சேகரிக்கும் வேலை......'

திருவாட்டி ஃகன்லிஃவ் சிரித்தாள்.

"நீ வேண்டுமானால் செய். மாலிக்கு அது வேண்டாம்."

"மாலி என்ன சொல்லுவாள்!"

"அதைப் பற்றி உனக்குக் கவலை வேண்டாம்"

திரு. ஃகன்லிஃவ் ஏற்கனவே மலாகியிடம் பேசி எல்லாம் ஒழுங்குபடுத்தியிருந்தாள். காட்டு வீட்டில் ஃகன்லிஃவ் குடும்பத்தினர் ஒரு சிறு கோடைகாலக் குடிசை கட்டினர். மாலியும் மலாகியும் ஃகன்லிஃவ் மாளிகைக்கு வந்துவிட்டனர்.

மாலி ஃகன்லிஃவ் குடியின் மருமகளானாள். அவ்வப்போது மாலியும் ஃபார்ட்டியும் தங்கள் பாறைக் குடிசையில் தங்கிக் கடலில் மலாகி கடவை நோக்கித் தம் முற்காலச் சந்திப்புக் கனவுகளில் கருத்துச் செலுத்தி மகிழ்வார்கள்.

நாரை அரசு

பல நூறு ஆண்டுகளுக்கு முன் பாரசீக நாட்டில் மசூக் என்ற அரசன் ஆண்டுவந்தான். அவன் இன்ப விருப்பினன். இரக்க நெஞ்சுடையவன். ஆனால் முன் கோபி. சிறிது அடம்பிடிப்பவன். ஆயினும் அவன் தீய குணங்களுக்கு அவன் குடிகள் ஆளாகவில்லை. அவர்களுக்கு அவன் நல்லரசனாகவே இருந்தான். தீயகுணங்கள் யாவும் அவனிடம் மாறாப் பற்றுடைய நல்லமைச்சனிடமே காட்டப்பட்டன.

மசூக்கின் நல்லமைச்சன் மன்சூர் வயது சென்ற வன். உடல் பருத்து ஆள் அருவருப்பான தோற்ற முடையவனா யிருந்தாலும் அவன் அறிவிற் சிறந்தவன். தங்கமான குணம் உடையவன். மன்னனிடம் அவன் கொண்ட பற்றுக்கு எல்லையில்லை. மன்னன் விருப்பத் துக்கும் கோபதாபங்களுக்கும் ஏற்க நடக்கும் அவன் பொறுமைக்கும் எல்லையே கிடையாது. மன்னன் கால் புதையரண (*Boot*) த்தின் பரிசினால் அவன் பற்கள் இரண்டு போய்விட்டன. மற்றொரு சமயம் மன்னன் மகிழ்ச்சியோடு இருந்தபோது அவன் விளையாட்டுக் குறும்பின் சின்னமாக மன்சூரின் ஒரு கண் போயிற்று. ஆனால் இத்தகைய இன்னல்கள் கூட மன்சூரின் பணி விணக்கத்தையோ, மன்னனிடம் அவன் கொண்ட பாசத் தையோ குறைக்கவில்லை.

மசூக்குக்கு இஸ்லாம் நெறியில் அளவற்ற பற்று. பாரசீக மக்களிடையே இன்னும் நிலவிவந்த பழைய ஜரதுஷ்டிர நெறியையும் புத்த நெறியையும் அவன் வெறுத்தான். தான் மேற்கொண்ட மெய்ந்நெறியை ஏற்க மறுத்தவர் யாரும் பாரசீக நாட்டில் இருக்கக்கூடா தென்று அவன் கட்டளையிட்டான். புறச்சமயத்தவர் பலர் இதனால் தண்டிக்கப்பட்டனர். பலர் இஸ்லாத்தை ஏற்றுக்கொண்டனர். கஸ்ரூ என்ற மாயாவி ஒருவனும் அவன் புதல்வன் ஆமீன் ஆதாப் என்பவனும் மட்டும் இந்துஸ்தானத்துக்கு

ஓடிச்சென்று பருகச்ச நகரில் தங்கினர். அங்கே அவர்கள் தம்மையே பாரசீக அரசன் என்றும் இளவரசன் என்றும் கூறிக்கொண்டு வாழ்ந்தனர். நகைச்சுவை மிக்க மன்னன் மசூக் இதைக் கேள்விப்பட்டபோது சினங்கொள்ள வில்லை."கரும்புத் தோட்டத்துக்கு யார் வேண்டுமானாலும் உரிமை கொண்டாடட்டும். கரும்பை நான் சுவைக்கு மட்டும் அதுபற்றி எனக்கு என்ன கவலை?" என்று கூறி அவன் நகைத்தான்.

மன்னன் மசூக்கின் நகைத்திறம் எப்போதும் ஒளி வீசுவதில்லை. அவன் எப்போதும் சுமுகமாயிருப்பது மில்லை. இவ்விரண்டையும் பேணுவதில் அரண்மனை மருத்துவர், விகடகவி, கதைவாணர், பாடகர் ஆகிய பலர் அரும்பாடு பட்டனர். அமைச்சன் அரசாங்கக் கடமைகளில் மிகக் கடினமான கடமையும் அதுதான்! ஆனால் அரசன் ஓயாது தின்ற இனிப்புப் பண்டங்களும் இனிய குடிவகைகளும் அவர்கள் முயற்சியை அடிக்கடி வீணாக்கின. மன்னன் அடிவயிற்றுச் செரிமானம் குறைந்தவுடன் நகைச்சுவைக்குப் பஞ்சம் உண்டாகி விடும். அரண்மனை அல்லோல கல்லோலப்படும். அமைச்சனுக்குப் பொறுக்கமுடியாத தலையிடியும் அலைச்சலும் ஏற்படும்.

அரசன் உள்ளத்தில் கடுகடுப்பும் நேரம் போக மாட்டாத நிலையும் ஒருநாள் ஏற்பட்டது. அன்று விகட கவியை அவன் வேம்பென வெறுத்தான். கோமாளியைக் காண அவன் குமுறினான். கதைவாணர் வாய் திறக்கவிடாமல் கடுகடுத்தான். அமைச்சனோ அணுக அஞ்சினான். அரசனுக்குப் புதிய பொழுதுபோக்குக்கான வழி தேடி அவன் புறப்பட்டான். நகரின் ஒரு பக்கத்தில் மக்கள் கும்பல்கூடி இரைந்து கொண்டிருந்ததை அவன் கண்டான். அவர்கள் நடுவே ஒரு கிழவி தமிழகத்திலிருந்து கொண்டுவரப்பட்ட வகைவகையான வண்ணப் பொருள்களை விற்றுக் கொண்டிருந்தாள். அதைப் பார்த்ததும் அமைச்சன் வாடிய முகத்தில் தெம்பு உண் டாயிற்று. 'ஆம்! அரசன் மனநிலையை

மாற்றத்தக்க புதுமை இதில்தான் இருக்க வேண்டும்' என்று கருதியவனாய், அவளை அரசனிடம் இட்டுச் சென்றான்.

மாயப்பொடி- அவன் கருதியது தவறன்று. கிழவியிடம் இருந்த பொருள்கள் எல்லாமே அரசனுக்குப் பிடித்திருந்தன. ஒவ்வொன்றையும் ஆவலுடன் பார்த்த பின் அத்தனையையும் ஒருங்கே விலைபேசி வாங்கிவிட்டான். ஆனால் தட்டு முழுவதையும் அரசனிடம் ஒப்படைக்கும்போது கிழவி ஒரு சிறு புட்டியை மட்டும் தனியாக மறைத்தெடுத்து இடுப்பில் ஒளித்து வைக்கப் போனாள். அரசன் அதுகண்டு "எனக்குரிய பொருளை ஒளிக்கப் பார்க்கிறாயா ?" என்று சீறினான்.

அவள் நடுநடுங்கி, "ஐயா! இஃது ஒன்றுமில்லை. ஒரு சிறு புட்டி. யாருக்கும் உதவாது. எங்கள் குடும்ப உரிமைப் பொருளாதலால், எனக்கு மட்டுமே அருமை உடையது," என்றாள்.

"வெறும் புட்டியா? அதில் என்ன இருக்கிறது?"

"ஒன்றுமில்லை, ஆண்டவரே! ஒரு சிறிது வெள்ளைத் தூள் மட்டும்தான்!"

"ஓகோ, நஞ்சு, நஞ்சு! ஆகா,அப்படியா செய்தி? இதோ உன்னைத் தூக்கிலிடுகிறேன் பார்!" என்று அரசன் இரைந்தான். அமைச்சன் இடையில் வந்து தடுக்கா விட்டால், அவன் அவளைக் கொன்றே இருப்பான்!

கிழவி எண்சாணும் ஒருசாணாகக் குறுகி, "ஐயா! அது நஞ்சல்ல என்று காட்ட நானே அதை உட்கொள்கிறேன், பாருங்கள்!" என்றாள்.

அரசன் கோபம் குறும்பாக மாறிற்று. அவன் கிழவியின் நீண்டு வளைந்த மூக்கை இரு விரல்களால் இறுகப் பிடித்துக் கொண்டான். புட்டியிலுள்ள தூளில் ஒரு கரண்டி அவள் நீட்டிய நாக்கிலிடப்பட்டது.

தூள் நாக்கிலிடப்பட்டதுதான் தாமதம். மன்னன் கைப்பிடியிலிருந்த மூக்கையும் காணோம்; நாக்கையும் காணோம். அவற்றுக்குரிய கிழவியையும் காணவில்லை. மன்னன் கைப்பிடி மட்டும் மூக்கைப் பிடிக்கும் பாவனையில் வெட்டவெளியில் எதையோ பிடித்துக் கொண்டிருப்பது போல் தொங்கிற்று.

ஒரு மாடப்புறா மன்னன் கையினிடையே ஓடிப் பக்கத்திலுள்ள மரத்தில் அமர்ந்து, பின் நகரைக் கடந்து பறந்தது.

கிழவி எப்படி மறைந்தாள் என்று எல்லோரும் மலைப்பும் திகைப்பும் அடைந்தனர். தூள் ஒரு மாயத் தூளாயிருக்கலாம். ஏனென்றால், திடீரென்று பறந்து சென்ற மாடப்புறாவாக அவள் மாறியிருக்கக் கூடும் என்றான் மன்சூர்.

தூளை இன்னொருவனுக்குக் கொடுத்துப் பார்க்க அவர்கள் விரும்பினார்கள். மன்னன் அமைச்சன் பக்கம் குறும்பு நகையுடன் திரும்பினான். ஆனால் அமைச்சனுக்கும் இத்தகைய காரியங்களில் கைப்பாவையான ஓர் ஆள் இருந்தது. அதுவே அரண்மனைப் பணியாட்களின் தலைவன் ஹட்ஜ்பட்ஜ். அவன் வேண்டாவெறுப் பாக அத் தூளை அருந்தவேண்டி வந்தது. ஒரு கரண்டி அருந்தியும் எந்த மாறுதலும் காணவில்லை. கரண்டி மேல் கரண்டி அவன் வாயில் திணிக்கப்பட்டும் எந்தப் பயனும் ஏற்படாதது கண்டு, எல்லோரும் ஏமாற்றமடைந்தனர். ஹட்ஜ்பட்ஜ் மட்டுந்தான் தப்பினேன் பிழைத்தேன் என்று மகிழ்ச்சியுடன் நழுவி ஓடினான்.

தூளின் மருமம் - தூளின் மருமம் அறியப் பல ஆராய்ச்சிகள் நடைபெற்றன. புட்டியை மூடப் பயன்படுத்தி இருந்த தாள் சுருளில் ஏதோ எழுதப்பட்டிருந் தது என்பது தவிர வேறு எதையும் எவராலும் கண்டுபிடிக்க முடியவில்லை. அத்துடன் அவ்வெழுத்துக்கள் எவருக்கும் புரியாத வடிவம் உடையனவாயிருந்ததனால் அதன் செய்தியும் தெரியவில்லை.

மன்னன் அவைப் புலவர்களெல்லாரும் இது தமக்குத் தெரியாத ஏதோ புதுமொழி என்று கூறிக் கைவிரித்தனர். ஆனால் மன்னன் அமைச்சனிடம், "நாளை உச்சிப் பொழுதுக்குள் இதை யாரைக்கொண்டாவது நீ புரிய வைக்கவேண்டும். இல்லாவிட்டால் உன் தலை போய் விடும்," என்றான்.

உச்சிப் பொழுதுவரை அவைப் புலவர் மூளையைக் குழப்பிக்கொண்டனர். அமைச்சனோ என்றும் தொழாத முறையில் எல்லா நெறிகளுக்கும் உரிய தெய்வங்களுக்கும் மாறிமாறித் தொழுகை புரிந்தான். ஆனால் உச்சிப் பொழுதில் 'அம்மொழி எனக்குத் தெரியும்' என்று கூறி ஒருவன் வந்தான். அது பாலிமொழி. 'கிழக்கு நோக்கி மூன்று தடவை தலைவணங்கி இத் தூளை உண்பவன் உண்ணும்போது விரும்பிய எந்தப் பறவை அல்லது விலங்கு வடிவத்தையும் அடைவான். அத்துடன் அவ்வப்பறவை அல்லது விலங்கு மொழியையும் அப்பொடியின் ஆற்றலாலேயே உணர்ந்து அவற்றுடன் உரையாடுவான். அவன் பழைய உருவமடைய விரும்பினால் புத்தகுரு என்ற இறைவன் பெயர் கூறிக் கிழக்கு நோக்கி மூன்று தடவை வணங்கவேண்டும். ஆயினும் விலங்கு அல்லது பறவை வடிவத்திலிருக்கும்போது அவன் எக்காரணங் கொண்டும் சிரித்துவிடக்கூடாது. சிரித்தால் சொல்லவேண்டிய இறைவன் பெயர் மறந்து விடும். விலங்கு அல்லது பறவை வடிவத்திலேயே இருக்க வேண்டி வரும்," என்று அவன் அப் பாலிமொழி எழுத்துக்களைப் படித்துக் கூறினான்.

மன்னன் இது கேட்டு எல்லையிலா உவகைகொண் டான். பாலி மொழியாளன் வாய் நிறையச் சர்க்கரையிட்டுக் கை நிறையப் பொற்காசுகள் கொடுத்தனுப்பினான். அனுப்புமுன் அமைச்சன், 'அரசே! சொன்னது சரியா என்று பாராமல் அவனை அனுப்பலாமா?" என்று கேட்டான்.

அரசன்! "ஆகா! அப்படியே செய்தால் போயிற்று. வா இங்கே வந்து நீயே அதை மெய்ப்பித்துக் காட்டு. எங்கே என் நல்லமைச்சனை ஒரு கறுப்பு நாயாக நான் என் கண் முன்னே காணட்டும்!" என்றான்.

மன்னன் குணமறிந்த அமைச்சன் மறுத்துப் பேசாது தூளை முறைப்படி உட்கொண்டான்.

மறுகணம் அவன் ஒரு கறுப்பு நாயாகி மன்னனை நோக்கி வால் குழைத்து நின்றான். அந்த உருவத்திலும் அமைச்சன் கண் ஒன்று குருடாகவும் பல் உடைந்தும் இருப்பதைக் கண்ட மன்னன் குலுங்கக் குலுங்க நகைத்தான். அமைச்சன் மட்டும் வருந்தித் தன்னையடக்கிக் கொண்டு சிரிக்காமலிருந்தான். சிரித்தால் திரும்ப அமைச்சனாக முடியாது என்பதை அவன் மறக்கவில்லை. விரைவில் அவன் நாயுருவம் மாற்றி மன்னனுடன் மாயப் பொடி யின் உதவியால் பல உருவெடுத்து நாடு சூழ்வந்து வேடிக்கை பார்த்துக் களித்தனர்.

குயிலுருவிலும் குருவியுருவிலும் இருவரும் அடிக்கடி சென்று பிறர் அறிய முடியாத பல செய்திகளையும், பிறர் மறைசெய்திகளையும் அறிந்து உலாவினர். இந்த உலாவில் ஒரே ஒரு புது நிகழ்ச்சி தான் மன்னனுக்கு அதிர்ச்சி தந்தது. ஒரு தடவை ஈ உருவெடுத்து ஒரு மதில் பக்கம் குந்தியிருக்கையில் மன்னனை ஒரு சிலந்தி பரபரவென்று வந்து விழுங்க விருந்தது. அமைச்சர் மன்னனை வெடுக்கெனக் கடித்திழுத்துச் சென்றிராவிட்டால் மன்னன் சிலந்தியின் வயிற்றுக்கு இரையாகியிருப்பான். மாற்றுருவில் ஏற்படும் இவ்விடையூறறிந்து அவர்கள் அது முதல் ஈ முதலிய நோஞ்சல் உயிர் வடிவம் எடுப்பதில்லை.

மாய நாரைகள் - ஒரு நாள் மன்னனும் மதியமைச்சனும் கடற்கழிகளின் பக்கமாக உலவிக்கொண்டிருந்தனர். அவர்கள் உடை பொது நிலை உடையாயிருந்ததனால், யாரும் அவர்களை மன்னனென்றும் மதியமைச்சனென் றும் கண்டுகொள்ளமுடியாது. கடலடுத்த ஏரிக்கரையில் அவர்கள்

கண்ட ஒரு காட்சி அவர்கள் ஆர்வத்தைத் தட்டி எழுப்பிற்று. ஓர் அழகிய பால்வண்ணச் செங்கால் நாரை தலையைச் சாய்த்தும் கழுத்தைக் கோணியும் காலை மாறிமாறித் தூக்கியும் வகைவகையாக ஆட்டங்காட்டி நின்றது. அந்த ஆட்டத்தின் பொருளென்னவென்றறிய அரசன் அவாக் கொண்டான். உடனே இருவரும் நாரை யுருவெடுத்து அந்தப் பால்வண்ணச் செங்கால் நாரையிடம் சென்றனர்.

செங்கால் நாரை தன் நாரை விருந்தினரைக் கண்டு அகமகிழ்ந்து ஒரு மீன் துண்டத்தை விருந்தாக அளித்தது. அரச நாரையோ நாரையுருவிலிருந்தாலும் அரசனானதால் நாரை உணவை உண்ண விரும்பவில்லை. அது கண்ட செங்கால் நாரை அதனிடம் இன்னும் பரிவுடன் பழகிற்று. அப்போது அமைச்ச நாரை அதன் ஆட்ட பாட்டத்தின் காரணம் கேட்டது. அதற்குச் செங்கால் நாரை அழகிய குழைவுநெளிவுடன், 'அதுவா, நாரை அரசனும் பெருமக்களும் கூடிய அவையில் நான் முதன் முதலாக ஆடல் அரங்கேற்றப் போகிறேன். அதற்காகப் பழக்கிக்கொள்கிறேன்' என்று கூறிப் பின்னும் ஒருமுறை தன் நீண்ட கழுத்தை வளைத்துக் கால்களை முடக்கிக் கண்களை உருட்டிக்காட்டிற்று. அது கண்ட அரச நாரைக்குச் சிரிப்பை அடக்கமுடியவில்லை. அறிவாற்றல் மிக்க அமைச்ச நாரையும் அரசன் செய்வதுபோல் செய்யும் பழக்க மிகுதியால் சிரித்தது. தன்னைக்கண்டு சிரித்த விருந்தினர் மீது கடுங்கோபங்கொண்டு செங்கால் நாரை பறந்துபோய்விட்டது.

மன்ன நாரையும் மதியமைச்ச நாரையும் இப்போது மனித உருவம்பெற முயன்றன. ஆனால்,அந்தோ! பழைய உருவமடைவதற்கான மந்திரத் தெய்வத்தின் பெயர் நினைவுக்கு வரவில்லை. தாம் செங்கால் நாரையின் ஆடல் கண்டு சிரித்ததற்கு இப்போது மன்னன் வருந்தினான். மதியமைச்சனும் வருந்தினான். நாரை தந்த உணவை உண்ணாததால் கடும்பசி உண்டாயிற்று. ஆனால் இப்போதும் மன்னன் நாரையுணவை நாடவில்லை. அரசவை உணவையே

நாடினான். தங்கிடமும் வேறு காணமுடியாமல் அவர்கள் அரண்மனை நோக்கிப் பறந்து சென்றனர்.

அரசனுக்காகக் கொண்டுவரப்பட்ட உணவு திரும்பக் கொண்டு போகப்பட்டது. அரசன் அதை அணுகு முன் பணியாட்கள் அவனைத் துரத்தி விட்டனர். அதைப் பணியாட்களே தின்பதையும் அரசன் கண்டான். இரவு முற்றிலும் பட்டினி கிடந்தபின் காலையில் வேறுவழியின்றி இரு நாரைகளும் ஏரி தேடிச்சென்று மீன் நாடி உண்டன.

மன்னனும் அமைச்சனும் நாரைகளாகவே மன வருத்தத்துடன் நாடும் காடும் திரிந்தனர். மக்களோ மன்னனை நெடுநாள் காணாததால் பருகச்ச நகரிலிருந்த மாயாவி கஸ்ரூவையே அழைத்து மன்னனாக்கினர்.

மாயாவி மன்னனாகப் பவனி வந்தான். மன்னன் நாரை வடிவில் செயலற்றுப் பார்த்துக்கொண்டு பறந்து திரிந்தான்.

கிழவியாக வந்து பொடி விற்றதும், நாரையாக வந்து தம்மை ஆவலூட்டிச் சிரிக்கவைத்து நாரையாக்கியதும் அந்த மாயாவியே என்று அமைச்ச நாரை உணர்ந்து கொண்டது. ஆனால் மாயாவியின் மாயத்தில் அதன் நன்மதி சிக்குண்டு கிடந்தது.

மாய ஆந்தை - மாய நாரைகளிரண்டும் எங்கும் திரிந்தன. மன்ன நாரை அடிக்கடி மனமுடைந்து உயிரை மாய்த்துக் கொள்ளலாம் என்று கருதும். ஆனால் அமைச்ச நாரை மாயாவிகளின் பழங்கதைகள் பலவற்றை எடுத்துரைத்து,"மாயம் எப்போதும் சில காலந்தான் வெல் லும்; அஃது இறுதியில் அழிவது உறுதி," என்று அறிவுறுத்தித் தேற்றிற்று.

ஒருநாள் நாரை மனித மொழியிலேயே மனங்கவரும் சோகப்பாடல் ஒன்றைக் கேட்டு மருட்சி கொண்டது. பாட்டு ஓசை வந்த திசையில் சென்று இரண்டும் தேடின. அப்போது முழு நிலா எறித்துக்கொண்டிருந் தது. நீரோடைகளிலெல்லாம்

பாலோடைகள் பளபளத் தன . நாணற்கொடிகள் அப்பாலோடைகளை நாடி வளையும் கருநாகங்கள்போல் காட்சியளித்தன.

அவற்றைப் பார்த்துத் தூங்கிய ஏக்கக் கண்களுடன் ஓர் ஆந்தை பட்ட மரக் கொம்பொன்றில் பரிவுடன் குந்தியிருந்தது. பாட்டுப் பாடுவது அந்த ஆந்தைதான் என்று கண்டு அரச நாரையும் அமைச்ச நாரையும் அதனிடம் சென்று மனித மொழியிலேயே பேச்சுக்கொடுத்தன. ஆந்தையும் மனிதமொழி தெரிந்த நாரைகளைக் கண்டு வியப்படைந்து, தானும் மனித மொழியிலேயே பேசிற்று.

"ஆந்தை நங்கையே! உன் பாட்டின் இசை என்னைப் பரவசப்படுத்துகின்றது. நீ ஆந்தையன்று, ஓர் அரசிளங் குமரியாயிருக்கவேண்டும்," என்று மன்ன நாரை புகழ்ந்தது.

"ஆம்! நாரையரசே! நான் இந்துஸ்தானத்து மன்னன் மகள் ரோது மக்கன் தான். ஒரு மாயாவி என்னைத் தன் மகனுக்கு மணம் செய்விக்க எண்ணினான். நான் இணங்காததால் ஒரு மாயப் பழத்தைத் தின்னவைத்து ஆந்தையாக்கிவிட்டான். நான் என் தந்தையையும் சுற்றத்தாரையும் பிரிந்து இரவில் இடுகாடும் பாழ்வெளியும் திரிந்து வருந்துகிறேன்," என்று ஆந்தை நங்கை இனிய சோகக் குரலில் அழுதது. மன்னனும் உடனழுதான்.

ஆந்தை மீண்டும் மன்னனைப் பார்த்து "நாரை இளைஞரே! நீரும் நாரையாயிருக்க முடியாது. நல்ல நாகரிகமுடையவராயும் காணப்படுகிறீர். நீர் யாரோ ?" என்றது.

மன்ன நாரை "ஆம். நானும் ஓர் அரசன்தான். இதோ என் தோழன் என் அமைச்சன்" என்று கூறித் தன் கதையைச் சொல்லிற்று.

ஆந்தை, “ஆகா! நானும் கேள்விப்பட்டிருக்கிறேன், பாரசீக அரசன் மசூக்கும் அமைச்சன் மன்சூரும் திடீரென்று

காணாமற்போய்விட்டார்கள் என்று. நீங்கள் நாரையாகவா வாழ்கிறீர்கள். அது கேட்டு நான் வருந்துகிறேன். ஆனால் இன்னொரு வகையில் நான் மகிழ்கிறேன். எனக்கு ஒரு நாரையால் நன்மை ஏற்படும் என்று என் இளமையில் ஒரு குறிகாரன் கூறியிருந்தான். என்னை நீர் மணந்துகொள்ள இசைந்தால் எனக்கு மகிழ்ச்சி உண்டாகும்," என்றாள்.

மன்னன், "நான் என் அமைச்சனுடன் அதுபற்றிப் பேசிப்பின் மறுமொழி கூறுகிறேன்," என்று அகன்றான்.

மன்னன் தனியிடம் சென்று அமைச்சனைப் பார்த்து, "ஆந்தை நங்கையிடம் எனக்கு இரக்கம் தோன்றி விட்டது. அதற்கு உதவி செய்யவேண்டும்," என்றான்.

அமைச்சன், "அரசே! முன்னே ஒரு மாயக்கிழவியையும் மாய நாரையையும் கண்டு ஏமாந்துபோனோம். இந்த மாய ஆந்தை கூறுவதை நம்பி ஏமாறக்கூடாது. மேலும் தாங்கள் போயும் போயும் இந்த அந்தசந்தம் கெட்ட ஆந்தையையா மணப்பது!" என்றது.

மன்னன், "அதெல்லாம் முடியாது, அந்த ஆந்தை இளவரசியை மணக்கத்தான் வேண்டும்," என்றது.

அமைச்சன், "சரி. தங்கள் விருப்பம் அதுவானால் அதன்படி நடக்கட்டும். ஆந்தையை நீங்கள் மணந்து கொள்ளுங்கள்," என்றான்.

மன்னன், "மணப்பது நானன்று ; நீதான். நீ அதை அந்தசந்தம் கெட்டது என்றாய், நீ அந்தசந்தம் கெட்டவன் என்பதை மறந்து! நீதான் அதை மணக்கவேண்டுமென்று கட்டளையிடுகிறேன்," என்றான்.

அமைச்சன் மனக் கிளர்ச்சியில்லாமலே 'சரி' என்றான்.

ஆனால் அவர்கள் பேச்சுக்கிடையே ஆந்தை கடுஞ் சினத்துடன் அலறிற்று. "ஆகா, அரசே! என்னையா ஏமாற்றப்

பார்க்கிறாய். நான் மணந்தால் ஓர் அரசனை மணப்பேன். இல்லாவிட்டால் இதே......"

ஆந்தை கழுத்து முறிந்து விடுவதுபோல் பாவித்தது.

அரசன் ஓடோடி ஆந்தையைத் தாங்கி "உன்னை நான் மணப்பதாக உறுதி கூறுகிறேன். மனம் கலங்காதே!" என்றான்.

ஆந்தை மனமகிழ்ந்தது. ஆனால் அடுத்த கணம் அது கீழே விழுந்தது.

கீழே ஆந்தையைக் காணவில்லை. அழகான இளவரசி நின்றாள்.

இளவரசி இப்போது நாரைகளை ஏறிட்டுப் பார்க்கக் கூடவில்லை. சரேலென்று நடந்தாள். நாரைகள் பின் தொடர்ந்தன.

பாரசீகம் கடந்து காடுமேடு நடந்து இளவரசி இந்துஸ்தானத்துக்குள் நுழைந்தாள்.

நாரைகளும் உடன்சென்று இந்துஸ்தானத்தின் எல்லையில்லா அழகைக் கண்டு வியந்தன.

யமுனைக் கரையில் இளவரசி வந்து நின்று ஆற்று நீரின் அழகைக் கண்டு பரவசப்பட்டு நின்றாள். அச்சமயம் ஆற்றில் ஓர் அழகிய பொன்படகு மிதந்து வந்தது. அதில் தாடி மீசையுடன் அழகிய அரசவை உடையில் ஒருவர் அரியணையில் வீற்றிருந்தார்.

அவரைக் கண்டதும் இளவரசி கைதட்டி 'அப்பா, அப்பா!' என்று கூவினாள்.

அவன் இந்துஸ்தானத்தின் அரசன்; அவன் படகைக் கரைப்பக்கம் செலுத்தினான். இளவரசி படகிலேறி மன்னனை அணைத்துக் கொண்டாள். மன்னனும்

கண்ணீர்விட்டு, 'இத்தனை நாளும் எங்கே சென்றிருந்தாய் என் கண்மணி!' என்று கலங்கினான்.

நாரைகள் இளவரசியை விடாது பின்தொடர்ந்தன. படகோட்டி அவற்றை விரட்ட எண்ணி ஒரு கழியை எறிந்தான்.

அமைச்ச நாரையின் ஒரு கால் முறிந்தது. ஆயினும் நாரைகள் படகிலேயே வந்து ஒண்டிக் கொண் டன. அரச நாரை அச்சமயம் தன் மனித மொழியையும் அரச பதவியையும் பயன்படுத்தி "இந்துஸ்தானத்தின் அரசனான என் சோதரரே! வணக்கம்!" என்றது.

நாரை பேசுவதைக் கேட்டு இந்துஸ்தானத்து மன்னன் மலைத்தான். ஆனால் அதே சமயம் ஒரு நாரை தன்னுடன் சமத்துவ தோரணையில் உரையாடுவது அவனுக்குப் பிடிக்கவில்லை. ஆகவே அவன் படகை விரைந்து ஓட்டும்படி படகோட்டிக்குக் கட்டளையிட்டான்.

ஆனால் தற்செயலாகப் படகோட்டியின் பெயரே நாரைகள் மறந்துவிட்ட இறைவன் பெயர் 'புத்தகுரு' வா யிருந்தது. இந்துஸ்தானத்து மன்னன் படகோட்டியை 'புத்தகுரு' என்று அழைத்துப் பேசினான்.

அந்தப் பேரைக் கேட்டவுடனே இரண்டு நாரைகளும் துள்ளிக் குதித்தன. கிழக்கு நோக்கி நின்று அவசர அவசரமாகத் தலையை மூன்று தடவை தாழ்த்தின. இரண்டும் ஒரே மூச்சில் 'புத்தகுரு' என்றன. உடன் இந்துஸ்தான அரசன், இளவரசி ஆகியவர்களின் முன் இரண்டு நாரைகளிருந்த இடத்தில் அழகும் இளமையும் மிக்க ஓர் அரசனும் கிழ அமைச்சர் ஒருவரும் நின்றனர்.

மன்னன் உடலில் வழக்கமான பாரசீக அரசன் உடையும் உடைவாளும் கிடந்தன. வைரங்கள் பதித்த அந்தப் பளபளப்பான உடைவாள் இந்துஸ்தானத்து அரசன் கண்களைப் பறித்தன. வாளின் தலையில் அந்த வாளைவிட

ஒளிவீசும் மணிக்கல் ஒன்று கண்களைப் பறித்தது. அஃது உண்மையில் ஒருநூற்று நாற்பதினாயிரம் பொன் பெறுமானமுள்ள அந்நாளைய உலகின் மிகச் சிறந்த மணிக்கல் ஆகும். இளவரசி அந்த மணியையும் வாளையும் பாரசீக அரசன் முகத்தையும் மாறிமாறி மலைப்புடன் பார்த்தாள்.

இந்துஸ்தானத்து அரசன் பாரசீக அரசனை முறைப் படி வணக்கம் செய்து வரவேற்றுத் தழுவினான்.

பாரசீக அரசன் மசூக் இளவரசியின்முன் மண்டியிட்டு, 'உனக்கு வாக்களித்தபடி உன்னை மணக்க விரும்புகிறேன். உன் விருப்பமும் என் சோதர அரசன் விருப்பமும் அறியக் காத்திருக்கிறேன்." என்றான்.

இந்துஸ்தானத்து அரசன் மனமகிழப் பாரசீக அரசன் மசூக் இளவரசி ரோது மக்கனை மணந்து அணி செய்விக்கப்பெற்ற உச்சைனி நகரத் தெருக்களில் ஊர் வலம் வந்தான்.

சில நாட்களுக்குள் மாமனிடமும் மனைவியிடமும் பிரியா விடைபெற்று, நூறாயிரம் படைவீரருடன் பாரசீகத்தின்மீது மசூக் படையெடுத்துச் சென்றான். கஸ்ரூ போரில் தோற்றுக் கொலைத் தண்டனை விதிக்கப்பட் டான். அவன் மகன் ஆமீன் ஆதாப் அவன் தந்தையின் மாயத்தாலேயே ஒரு நாரையாக மாற்றப்பட்டு உருமாறி வெளியே போகாதபடி ஒரு பெரிய கூண்டில் அடைபட்டு வாழ்நாள் முழுதும் அல்லற்பட்டான்.

மசூக் தன் மனைவியான இந்துஸ்தானத்து இளவரசியை அழைத்து அவளுடன் மீண்டும் பட்டஞ் சூட்டிக் கொண்டான். மதியமைச்சன் மன்சூரை அவன் இதன்பின் என்றும் தன் கடுஞ் சீற்றத்துக்கும் குறும்புக்கும் ஆளாக்காமல், அன்பாக நடத்தினான். அவன் அறிவமைந்த நல்லுரையுடன் ஆட்சி இனிது நடந்தது.

★★★

9 788199 705944